Văn Nghệ Gia Đình Phật Tử Việt Nam
Cho Tuổi Trẻ Hôm Nay
(Đơn cử từ một bộ môn điển hình: Văn nghệ)

NGUYÊN ĐỊNH BỬU ẤN

VĂN NGHỆ
GIA ĐÌNH PHẬT TỬ VIỆT NAM
CHO TUỔI TRẺ HÔM NAY

(Đơn cử từ một bộ môn điển hình: Văn nghệ)

VĂN NGHỆ GIA ĐÌNH PHẬT TỬ VIỆT NAM
CHO TUỔI TRẺ HÔM NAY
(Đơn cử từ một bộ môn điển hình: Văn nghệ)
Tác giả: Nguyên Định Bửu Ấn
Tủ Sách Phổ Hòa xuất bản tại Hoa Kỳ, 2019
Thực hiện: Bodhi Media
Liên lạc: 916-607-4066
ISBN: 978-0-359-47668-8

Mục Lục

SƠ LƯỢC TIỂU SỬ
CỐ HUYNH TRƯỞNG
CẤP DŨNG GĐPTVN
NGUYÊN ĐỊNH – BỬU ẤN
(1940 – 2007)

VÀI NÉT VỀ CUỘC ĐỜI ANH:

Huynh trưởng Nguyên Định – Bửu Ấn sinh ngày 01 tháng 01 năm 1940 tại phường Đệ Tứ (khu vực hồ Than Thở) – thành phố Đà Lạt. Anh là con trai út của một gia đình gồm 11 anh chị em. Thân phụ anh là cụ ông Ưng Trịnh, cháu đời thứ 3 của Vua Minh Mạng. Thân mẫu là cụ bà Phạm Thị Huế, con của Tả Quân Đô Đốc Phủ Phạm Thế Năng. Gia đình anh là một gia đình trung lưu gốc hoàng tộc với truyền thống Phật Giáo lâu đời.

Tư chất anh rất thông minh và có tâm hồn phóng khoáng. Vào năm 11 tuổi, anh đã đậu thủ khoa trong kỳ thi học sinh giỏi toàn Cao Nguyên Trung Phần. Anh được tiếp cận với nền âm nhạc rất sớm, năm 15 tuổi anh đã có những sáng tác đầu tay và đến 17 tuổi anh đã chơi thành thạo các nhạc cụ: Guitar, Accordion, Violin, Mandoline, Piano.

Đến năm 18 tuổi, khi dạy học tại Di Linh, anh bắt đầu tham gia Gia Đình Phật Tử (GĐPT). Bắt đầu từ đó, giáo lý của đấng Từ Phụ đã thấm dần vào anh; anh đã tự chọn cho mình một con đường riêng về sáng tác: Nhạc của anh mang tính chất nhân bản đạo lý dân tộc và đạo pháp của Phật Đà. Con đường tu học của anh là "mượn nhạc tải kinh", và đặc biệt là những sáng tác trẻ trung vui tươi hòa hợp nếp sống sinh hoạt của GĐPT. Cả cuộc đời, anh âm thầm cùng anh chị em lót những viên gạch cho nhạc GĐPT và đạo pháp.

Là thanh niên trong thời binh lửa, anh phục vụ trong quân đội Việt Nam Cộng Hòa với những hoạt động thuần tuý về văn nghệ và sinh hoạt trong những ban nhạc quân đội ở nhiều Vùng Chiến Thuật.

Đến năm 1964, anh kết hôn với chị Nguyễn Thị Tuý – hiện nay cũng là Ban Viên của Ban Hướng Dẫn GĐPT Lâm Đồng. Anh chị hạ sanh được 9 người con, hiện nay còn 6 người. Tất cả các cháu đã trưởng thành và đều có công ăn việc làm vững chắc, trong đó có một người đã xuất gia.

Từ sau năm 1975, anh chị sống tại Đà Lạt với truyền thống của màu lam, và với ước vọng của mình, anh chị đã hy sinh tất cả cho GĐPT, nhất là trong thời kỳ "bao cấp", gặp nhiều khó khăn trong cuộc sống thế mà anh chị đã bỏ tất cả, quên đi mọi nhọc nhằn cực khổ, gầy dựng và chăm lo cho "Kinh nhạc". Đoàn Kinh Nhạc GĐPT Lâm Đồng đã ra đời từ đó.

Trong bước đầu, trước sự dẫn dắt của GĐPT Lâm Đồng, có Huynh trưởng Nguyễn Hữu Thạnh lo cho Đoàn về tinh thần, còn về chuyên môn phần chính là anh Bửu Ấn. Các nhạc cụ cũng của gia đình anh mang đến. Ca sĩ là chị Ấn và các con của anh chị, sau đó thì các Huynh trưởng của các đơn vị trong thành phố Đà Lạt lần lượt tham gia Đoàn Kinh Nhạc và tiếp theo mới có các Đoàn sinh. Đến khi Đoàn Kinh Nhạc trưởng thành vững vàng thì anh đã ra đi. Anh xả bỏ xác thân tứ đại vào ngày 26/4/2007 (nhằm ngày 10 tháng 3 năm Đinh Hợi).

Với khả năng chuyên môn và với hơn 30 năm sinh hoạt, tổ chức đã tin tưởng và cơ cấu anh vào Ban Hướng Dẫn Trung Ương GĐPTVN với chức vụ Ủy Viên Văn Nghệ, đồng thời anh cũng là Ủy Viên Văn Nghệ của Ban Hướng Dẫn GĐPT Lâm Đồng.

Với sự đóng góp không mệt mỏi, với khả năng

đóng góp xuất sắc ấy nên anh lần lượt nhận lãnh cấp Tập (1990), cấp Tín (1995), cấp Tấn (2002) và ngày 28 tháng 4 năm 2007 anh đã được Ban Hướng Dẫn Trung Ương GĐPTVN truy phong cấp Dũng.

Thành tích sáng tác của anh có thể nói là vô tiền khoáng hậu trong GĐPT. Rất nhiều các bài nhạc lễ của các Đoàn, các trại Huấn luyện hiện nay đa phần đều do anh Nguyên Định – Bửu Ấn sáng tác. Có thể nói cuộc sống của anh Bửu Ấn là chỉ nhạc với nhạc mà thôi. Trước đây anh đã cùng Ban Hướng Dẫn Trung Ương GĐPTVN hoàn thành đĩa nhạc VCD cho ngành Đồng, và mới đây mặc dù thân thì bệnh nhưng tâm không bệnh, anh đã cùng các anh chị em trong đoàn Kinh Nhạc hoàn tất đĩa nhạc VCD cho ngành Thiếu. Ngoài hơn 500 bài nhạc đã được sáng tác cho GĐPT, anh đã cùng Ban Hướng Dẫn GĐPT mở lớp nhạc cho các Huynh trưởng, Đoàn sinh GĐPT mà hiện nay nhiều anh chị em Huynh trưởng của Lâm Đồng và các vùng phụ cận là học trò của anh đang tiếp tục bước theo con đường nhạc GĐPT anh đã dày công vun đắp.

Công hạnh của anh Nguyên Định – Bửu Ấn là đóng góp một trong những những viên gạch đầu mở đường cho sự phát triển nhạc GĐPT và nhạc Phật Giáo Dân Tộc. Con đường anh đi gần 50 năm với tổ chức đã góp một phần lớn trực tiếp cho sự tồn tại và lớn mạnh của tổ chức Gia Đình Phật Tử Việt Nam...

GĐPTVN *Thế Giới*

Kính thưa...

Cuộc sống của tuổi trẻ hôm nay - so với vài ba thập niên trước - đã có quá nhiều sự xáo trộn đổi thay (cả vật chất lẫn tinh thần). Chúng ta phải làm cách nào để phát huy được hiệu quả tốt nhất cho bộ môn VĂN-NGHỆ theo đúng đường hướng Văn-Nghệ GĐPTVN: Phật-giáo, Dân tộc với Tuổi-trẻ-Hiện-tại, bởi Văn-Nghệ GĐPT (mà Ca-nhạc là xung kích) đóng vai trò mạnh, hấp dẫn trong vui chơi giải trí, đồng lúc phải là một phương tiện huân tập sâu sắc - nhẹ nhàng mà vững chắc, để thấm sâu tinh thần Phật-Giáo-Dân-Tộc từ tuổi hoa-niên khi đi vào đời.

Trong không khí cởi mở thân tình của nội bộ ÁO-LAM, trước sự bao dung của Quý Thầy Cô, của Quý Anh Chị Huynh-trưởng trong tổ chức. Chúng tôi xin phép trình bày đôi điều trăn trở, chủ quan của mình.

Thiền-sư Suzuki có viết: "... Con người sinh ra không phải ai cũng trở thành nhà khoa học được, song tất cả đều có thể thành... Nghệ-sỹ". Câu nầy có "hạ giá" nghệ thuật và "Nghệ-sỹ" hay không? Xin được trình bày vài thiển-nghĩ:

Vì... nó "tự-nhiên" đến như vậy, nên có hai trường hợp:... Văn-Nghệ chẳng có gì phải... để ý, hoặc là rất... Phải-để-ý - (khi còn nghĩ đến việc Giáo-dục: là sự dưỡng-nuôi, hướng dẫn cho "nó" tốt hơn).

Vì Nghệ-thuật là tiếng nói của tình cảm, là sự cảm nhận, là sự "nghe-thấy" dù có Biết-Nói lên hay không), bởi có Ai là người không tình cảm. Nhưng cái cảm nhận về Tốt, Xấu, Hay, Dở... không phải tự nhiên mà có. Nó có là do đã được Huân-tập từ rất lâu (vô thỉ), mà sự Giáo-dục tốt, xấu... có thể chuyển-hóa: đưa nó về phía nầy, hay đẩy nó qua phía bên kia.

Vì thế, đặt vấn đề Hội-nhập chính là sự tích cực, mang tinh thần TINH-TẤN, bao hàm việc Bảo-tồn-Truyền-Thống và Phát-triển-Thích-ứng với Bối-cảnh-Xã-Hội hiện tại; còn với danh xưng GĐPTVN ở đây xin "tạm" có khái niệm gọn là: "Phật-Giáo, Dân-Tộc... cho Tuổi-trẻ-Hôm-nay". Như vậy chúng ta có ba mảng lớn - nhưng chúng ta chỉ nói "Chuyện Nhỏ" trong phạm vi GĐPTVN mà thôi.

1. Về Truyền Thống (Phật-Giáo và Dân-Tộc)

Chúng ta bằng cách nào thuyết phục nhất (Phương-pháp) để đem Tinh-Hoa của Ông-Cha mình truyền lại cho đàn Em - trong nghĩ suy nầy chúng ta phải chấp nhận một sự thật khách quan là: Xã-hội hôm nay đã có nhiều thái độ thờ ơ, xem thường rồi bỏ quên những cái họ gọi là Cũ (hay Cũ-Rích!) và điều nầy "hình như" đã càng ngày càng lây lan!

2. Tuổi Trẻ + Hiện Đại (với nhiều Ưu-điểm)

Bởi không có "Tuổi-trẻ-Xưa" - Tuổi-trẻ-Xưa chỉ là chuyện... cổ tích. Đừng mặc cảm (Tôn hay Ti) mà phải đến gần những ưu-điểm đó, học hỏi để Hòa-Nhập, xây dựng và góp thêm "nội lực" cho tuổi trẻ phát triển ở ngày hôm nay.

3. Sử dụng Ngôn-Ngữ-Nghệ-Thuật (Cũ+Mới) cho Văn-Nghệ GĐPTVN sau nầy được phát triển mà không bị mất gốc, thì ít-nhiều phải biết gom góp từ cái kho tàng của Cha-Ông để lại, đó là "Hạt Châu" của Gia đình mà mình được thừa kế, đó là cái vốn cho mình sẽ làm ăn phát đạt - chẳng cần vay mượn Tây, Tàu... (bởi vay mà... ăn trọn được à! Hay "Xí" luôn làm của mình! Dễ dàng thế!); đồng thời phải nắm bắt, và tìm cách khai thác những thành tựu, những phương tiện, những khuynh hướng mới tiến bộ. Vì nhờ có vững vàng mới không bị lôi đi xềnh-xệt, không đua đòi theo thị hiếu dễ dãi, thoái hóa. Trái lại cũng đừng bảo thủ nguyên-xi, cục bộ; nếu cứ phải giữ đủ 100% cho mỗi nguyên tố tạo thành, thì còn "cái kẽ" nào để Hòa với Hợp!

1.

VỀ TRUYỀN THỐNG

Phật-Giáo-Tính trong Văn-Hóa Việt-Nam ngày nay đã là sự dung-hợp, dung hóa nhuần nhuyễn trên hai ngàn năm qua - điều nầy đã được nhiều học-giả trong và ngoài nước nghiên-cứu, xác nhận... Có lẽ chúng ta chẳng nghi ngờ gì mà phải bàn sâu vào việc nầy, vì chúng ta đã nhìn thấy trên thực tế: Tinh-thần Phật-Giáo biểu-hiện bao trùm khắp các lĩnh vực Luân-lý, Phong-tục, Tập-quán, Ngôn-ngữ... của dân tộc Việt. Nó vừa toả rộng lại vừa đi sâu, nó tiềm ẩn trong mọi tầng lớp dân chúng - kể cả các tín đồ đã theo một tôn giáo nào khác... Nếu có ai không tin, chúng tôi chỉ xin ở người đó "một phút yên-ắng" (cho tâm bình tĩnh) - lắng nghe những câu nói của

Ông Bà, Cha Mẹ... những thành viên ngay trong gia đình mình, lắng nghe bên nhà hàng xóm, ngoài chợ búa... v..v... chúng ta sẽ nhận ra: trong những câu nói hết sức bình thường đều ít nhiều đã có mang "dấu-ấn" tinh thần Phật-Giáo (Pháp-Ấn): Vô-Thường, Vô ngã, Thọ nhiều-khổ nhiều (tham-sân-si)... lý Nhân-Quả, Duyên-Sinh... các danh từ Hỷ-xả, Từ-bi, Thanh-tịnh, Giải-thoát, Cực-lạc, Niết-bàn, Luân-hồi (kiếp trước kiếp sau) Phước, Nghiệp... rồi trong quan hệ xã hội - hình như người Việt luôn luôn thích "Bà-con", chỉ muốn "nhận đại" người dưng làm thân thích, nên với ai, dù mới gặp ngoài đường lần đầu cũng cứ... "nhào dô" mà xưng hô: Chú, Bác, Cô, Dì, Anh, Chị, Em... "lung tung"... Còn ở đâu có tính... "hoà-bình" thân thiện hơn cái-xứ Việt-Nam nầy? (Phải chăng, là do lời Phật dạy: Chúng-sanh trong nhiều đời nhiều kiếp đã từng là Ông, Bà, Cha, Mẹ, Anh-Chị-Em... họ hàng thân thích của nhau). Và cũng nên nhớ: theo sử học: Phật-Giáo có mặt ở Việt-Nam đã hai ngàn năm rồi (gần hơn thì xem tài liệu về các vị Sư Mâu-Bác, Khương-Tăng-Hội v.v...) chứ Phật-Giáo-Việt-Nam không phải hoàn toàn bị ảnh hưởng ở Phật-Giáo, hay rập khuôn Tam-Giáo-Đồng-Nguyên của Trung-Hoa. Trong Văn-Nghệ nhân gian hình ảnh "BỤT" bao dung, che chở mà gần gũi thân thương - trước khi ta làm quen với danh từ "Phật" từ Trung-Hoa đưa sang...

... Cái linh hồn chung để trở nên cá-tính của một Dân-tộc hẳn nhiên còn phải phụ thuộc vào rất nhiều yếu tố khác như: nguồn gốc giống nòi, hoàn cảnh địa lý khí hậu, lịch sử đấu tranh từng cá nhân, rồi dựa vào nhau tìm nơi nương tựa, mà thắt chặt dần sự đoàn kết để bảo vệ nhau, bảo vệ sự tồn tại của một cộng đồng... rồi tự mình làm chủ một hoàn cảnh, rồi cùng nhau tạo nên một lịch sử riêng... phải nỗ lực tiến bộ không ngừng mới khỏi bị tiêu diệt, khỏi bị đồng hóa... Và trong tình tự Dân-tộc thì Ngôn-Ngữ đóng một vai trò rất quan trọng, vì nó bắt, nối trực tiếp cho chúng ta một cây cầu gần gũi nhất để chúng ta trở về với truyền thống, để còn liên-hệ, biết tôn kính, yêu thương lịch-sử, là "Nhịp cầu qua-lại" với tiền-nhân... để còn... "khóc-cười theo mệnh nước" (Chúng tôi nghĩ: nếu sau nầy, với ai đó chỉ... nghiên cứu về văn-hóa, lịch-sử của dân tộc mình qua Bản-dịch thì thật là khó có được sự cảm thông... đến nơi-đến chốn!), do đó khi nói về Truyền-thống Dân-tộc - ở các lãnh vực Giáo-dục, Tôn-giáo, Văn-chương, Nghệ-thuật... cả Chính trị nữa đều phải chú ý đến cái trọng tâm nầy (như hiện nay, tại các Chùa VN và các đơn vị GĐPTVN tại hải ngoại, đều có lớp học Việt-Ngữ)... Khi gộp chung những cái đó lại một cách hài hòa, có một cái gì đó bao trùm, bàng bạc như một Linh-Hồn cho một thân thể thì đó là Văn-Hóa-Tính của một dân tộc... Đến đây, chúng tôi xin nói sớm một chút về dân-tộc-tính trong Âm nhạc: Âm nhạc và hát ca, ngoài chữ nghĩa, thơ văn, còn phải giữ gìn "cái giọng-nói" mang linh hồn dân-tộc. Vì vậy, sau nầy chúng tôi có đặt vấn đề: đưa ngay "Thang-Âm", "Điệu-Thức" Ngũ-cung VN vào sâu trong hồn trẻ, từ những bài học nhạc đầu tiên - mặc dầu vẫn học dưới hình thức "Âm-nhạc phổ thông quốc tế". Còn vấn đề "Âm-Nhạc-Phật-Giáo" sử dụng cho ai? Nên hay không nên? Thì lâu nay đã có nhiều sự giải đáp và nhất trí, nên bây giờ có lẽ không còn phải bàn cãi nữa!

... Chúng tôi không dám nói nhiều về những điều mà ai cũng biết, chúng tôi chỉ muốn nhân đó để nói về truyền thống Văn-Hoá Việt-Nam và Văn-Hoá Phật-Giáo ở VN có sự quyện chặt - mặc cho mọi ý đồ muốn loại bỏ nó (cố nhiên bất cứ nền văn-minh, văn-hóa nào cũng phải có nhiều sự giao lưu, tiếp thu các nền văn hoá khác). Nhưng trong phạm vi Truyền thống Văn-Nghệ rồi thu hẹp hơn nữa là: Văn nghệ-SINH-HOẠT cho tuổi trẻ GĐPT (cụ thể là Ca-hát) thì chưa cần phải đi sâu vào những chi tiết đặc trưng của từng thành tố... cái đó để dành về sau cho những tác phẩm lớn - trong đó có Âm-nhạc-Phật-Giáo-Việt-Nam... Còn hiện tại, Ca-Nhạc Sinh-Hoạt (không chỉ riêng cho những bài "hoạt-động Thanh-niên") của GĐPTVN. Mà còn có Lễ-nhạc, Kinh-nhạc... Nếu không làm được gì nhiều thì cũng đừng phá hoại tôn-chỉ trên.

2.

VỀ TUỔI-TRẺ + HIỆN-ĐẠI

Chúng ta đều đã được học, được đọc, được nghe nói rất nhiều về đề tài nầy, nên chúng ta không đi sâu vào phân tích (vì lạm bàn!). Chúng ta chỉ nói về đôi hiện tượng thực tế mang tính phổ biến và mong tìm hiểu chút ít về nó, để tiếp cận dễ dàng hơn với các đối tượng thanh, thiếu, đồng niên trong hoàn cảnh xã hội hiện tại. Đặc biệt chúng ta nên lưu ý đến các ưu điểm có được ở lớp trẻ ngày nay và tìm phương pháp sử dụng nó, hầu lấp bớt những hiện tượng trống trải về tinh thần, do xã hội mới quá đặt nặng đến vật chất, mà xem nhẹ phần tâm linh tình cảm, đẩy đưa đến việc phát sanh nhiều tiêu cực.

Hiện-Đại: (Nếp-sống) Với khoa học, kỹ thuật đã và

còn phát triển vượt bực, cho phép con người hưởng thụ mọi thứ vật chất, nhưng với điều kiện phải làm ra rất nhiều tiền, vì nhiều đến bao nhiêu cũng có chỗ để tiêu và, chỗ để... nợ! Nếp sống dần dần rập khuôn, nên lúc ta bước vào xã hội làm một cái mắc-xích trong một cỗ máy lớn chúng ta không thể nào biết hết, chúng ta chỉ thấy tốc độ của nó càng ngày càng tăng, mà không một người nào có thể "phanh" nó lại được... từ đó chân đi cũng vội vàng hơn, ăn, chơi cũng vội vàng hơn... tình cảm cũng phải... nhanh hơn... thì giờ nào cho sự nghỉ ngơi thật sự (thanh thản), thì giờ nào cho việc tu dưỡng Tâm-linh "để nâng cao thêm chất NGƯỜI trong cái CON (con+người)", bởi thế không có gì phải ngạc nhiên khi luân-lý đạo-đức, tôn-giáo... bị đẩy lùi ra xa, mà Tuổi-trẻ là đối tượng đầu tiên và trực tiếp bị cuốn hút vào trong cỗ máy đó.

Tuổi-Trẻ: Ngày nay tỷ lệ Tuổi trẻ có trình độ và bằng cấp cao - so với thời Cha-Anh rất nhiều, lại được làm thân quen (từ học hỏi say mê - đến phục tùng) máy móc, thích "tiêu chuẩn-hóa" mọi thứ, xem cái gì trên đời cũng... "hình như" biết rồi! Nên ít muốn "nghe-thêm" một cái gì nữa - nhất là những cái "chưa được cuộc đời... tiêu-chuẩn", chưa được hoan-hô (quảng-cáo)! Hôm qua trên thế giới vừa xảy ra chuyện gì, hay hằng trăm triệu năm trước có cái gì trên... trái đất, họ đều... "biết hết", nhưng trong giây phút hiện tại, và trên dưới hai mươi năm qua có mấy lần họ quay lại... nhìn, để biết về mình không?

Lớp trẻ bây giờ được huấn luyện năng nổ, làm việc nhanh, bởi từ nhỏ, ngay trong các trò giải trí, trên TV, trên phim ảnh, trò chơi điện tử v.v... cũng như ở các sân chơi tập thể, các Em đã được làm quen với tốc độ, với cảm giác mạnh, với tiếng ồn. Rồi tính hiếu kỳ được khai thác tối đa để yêu thích những cái lập dị, yêu thích những con vật dữ dằn, kỳ quặc, ma quái, ăn thịt người máu me rùng rợn (mà ngày xưa cả người lớn lẫn trẻ em đều khủng khiếp)... Từ đó những "cái đẹp của dân-tộc Việt" dành cho sự cân xứng, nhẹ nhàng, tươi sáng, thanh thoát, cái cao cả sâu lắng mênh mông... để đến với cái... yên lặng tuyệt vời... hình như rất khó tìm được một vị trí - (dù là khiêm tốn) trong... não bộ của một số người tuổi trẻ hôm nay... còn ở ngày mai thì thật là "hết biết" (nếu như hiện tại không có biện pháp giáo dục kịp thời). Có người nghĩ rằng đó chỉ là hiện tượng ở các nước "Văn-minh" hải-ngoại, họ quên ở Việt-Nam các thanh thiếu niên nam nữ tại các thành phố có... chịu thua đâu! Bởi Việt-Nam đang chạy đua "Văn-minh-nước-rút" cùng nhiều thứ mặc cảm được che đậy! Nên cái gì rồi cũng... sẽ và... sẽ vượt bực cả!!!

... Trong sự giáo dục: là Giáo dục cái Chưa tốt, phải thấy, phải biết cái chưa tốt, nhưng đừng nhìn chằm bẳm (như nhìn vào các chỗ rách-vá nơi chiếc áo của người khác đang mặc), mà phải nhìn ra cái liên đới trách nhiệm của "người lớn" trong sự suy thoái tinh thần của các em. Các em mất quá nhiều niềm tin ở các thế hệ trước: từ trong gia đình bất hòa, đến nhà trường "khô khan". Một phần không nhỏ: đến trường là chạy đua theo bằng cấp, dốc hết năng lực tuổi xuân vào đó - với bất cứ giá nào, để mong kiếm được một "cái cần câu" tốt (đa-năng) mà vào đời! Khi nhìn vào xã hội thì nhan nhản những cảnh bon chen, lừa đảo, bất công, và tội ác quá nhiều. Tuổi trẻ là tuổi có nhiều ước mơ, thích tạo cho mình một vài... thần tượng. Và họ hay đua đòi, nặn ra, đặt sẵn để thường xuyên ngắm nghía trên đường đi tới tương lai của họ - nhiều nhất là ở lãnh vực nghệ thuật và ca nhạc "Trẻ" (bởi vì ở đây thể hiện tính dễ dãi, lười biếng nhất: có thể "đùng một cái" là thành danh nhân (!) - đó là những ấp ủ đã và đang đâm chồi nẩy lá trong lòng - mà hầu hết các thần tượng nẩy (ở xã hội ngày nay) đều sụp đổ - bởi do lợi nhuận, mà nền "Kỹ nghệ" Quảng cáo xâm nhập vào tất mọi sinh hoạt của đời sống, từ cá nhân đến đoàn thể, để rồi hôm nay "lăng-xê" lên, ngày mai lại phanh phui những xấu xa tệ hại để hạ bệ "thần-tượng" đó xuống mà thay các "con bài" khác... Tất cả, tất cả chỉ vì đồng tiền, đồng tiền là trên hết. Không có đồng tiền DƠ hay SẠCH - không có Đạo đức ở đây! Rồi Chính-trị nhào dzô, một số lãnh đạo các Tôn-Giáo cũng chẳng... dại gì mà không "Biết" lợi dụng niềm tin của tín đồ để khai thác tài lực của họ cho mục đích trục lợi bành trướng và quảng cáo cho mình!... Một điểm không kém quan trọng nữa là: "hiện nay ít có NGƯỜI-LỚN NÓI DỞ" - Ai cũng "thuộc-bài", "giảng-bài" vanh vách, nhưng... thích "Đứng-Ngoài"(!) nên tuổi trẻ... hoang mang!

Phải thành thật mà nói: Trong tổ chức của chúng ta, những người vì Tuổi-trẻ, tình nguyện "làm-công-quả" mà nhập cuộc, cho đến nay: trên có Quý Thầy, Cô và các Anh Chị lớn, thứ đến chúng ta - những Huynh-trưởng GĐPT từ hai mươi cho đến năm, sáu mươi ngồi đây, hoặc đã và đang được huấn-luyện, hay thường xuyên sinh hoạt với các đơn vị GĐPT ở khắp nơi... quả thật là quá ít ỏi; trong khi công việc hướng dẫn tuổi trẻ của GĐPT luôn luôn gặp trở ngại nên cũng chưa phải là cái gì được phổ biến rộng rãi cho mọi người biết đến. Bởi thế, theo chúng tôi, trong sự "Dạy-Dỗ" người Huynh-trưởng GĐPT nên chú trọng đến "sự Dỗ" trước khi "Dạy" (cũng đừng lầm lẫn là: chìu chuộng, dụ-dỗ: lấy lòng) vì đối với thành phần tuổi trẻ nêu trên là một trong những đối tượng mà chúng ta phải nỗ lực tiếp cận hằng ngày - bằng tất cả tình thương, hiểu biết và trân trọng - vì các Em là những tài năng, là rường cột sau nầy... và hơn chúng ta nhiều mặt.

Kính thưa...

Với các phần trên: nói ra thì thừa, mà không nói thì thiếu, nhưng do: cần có chỗ dựa để trình bày đôi điều về "vấn-đề" Văn-Nghệ GĐPTVN: Xưa, Nay và Ngày mai mà đành phải rườm rà (xin được thông cảm).

3.

VĂN-NGHỆ GĐPTVN

Xin nói riêng phần Ca-Nhạc: với những bước đầu tiên là học cách sử dụng ngôn ngữ Âm-nhạc Cũ-Mới.

Một số Thanh niên Nam-Nữ "thời-đại" và không thiếu những người "thích đứng-ngoài" hay nói: Văn-Nghệ GĐPT chỉ là thứ vui chơi chốc lát, bắt chước bên nầy một chút, bên kia một chút... và những cái "sáng tác nghiệp dư" đó, thì có gì mà phải rườm rà... về truyền thống, về hiện đại!... Chúng ta không thanh minh với những vị đã "cố tình Chạy-Xa" (vì nói chưa hết câu họ đã chạy mất rồi)

Chúng ta chỉ muốn nói với các Em mình, để - các Em đang sống trong hiện tại: biết chan-hòa với quá khứ, biết định hướng tương lai, bằng trái tim "Bé-nhỏ"... "Cũng-Đã-Biết" mở rộng của Mình.

Chúng ta đã, và vẫn còn phải nói: Bộ môn CA-NHẠC trong Văn-Nghệ GĐPTVN là một "ngôn-ngữ" cho tuổi trẻ, nó phải bao gồm tính Truyền-thống và Hiện-đại. Về Truyền-thống chúng ta đã có khái niệm lướt qua (chúng ta sẽ trở lại vấn đề nầy). Còn tính "Hiện-đại" trong Âm nhạc, chúng ta cũng nên thống nhất đôi điều sơ-đẳng - hầu có sự dễ dàng cho các phân tách sau nầy.

Đối với một số người còn nặng mặc cảm "nhược-tiểu" (!) cho mình là con ếch dưới giếng thì ít dám... đụng tới từ nầy! Còn như hiểu bình-thường thì Hiện-Đại chỉ là: Tính-cách (xu hướng, thành quả...) của Thời-đại-Hiện-nay, ví dụ:

Xu-hướng (con đường) Âm-nhạc Châu-Á hiện nay là Tìm cách phát triển nhạc truyền thống dân tộc bằng sự học hỏi các phương pháp sáng tác, lý luận, nghiên-cứu, kỹ thuật, âm-thanh-học v.v... của người phương Tây, để tìm một ngôn-ngữ-mới phù hợp cho con người thời đại của Dân-tộc mình (với sự giao-lưu trong cộng đồng nhân-loại)... Hiện nay đã có rất nhiều người châu Á thành công, được mời giảng dạy khắp nơi trên thế giới. Nếu kể ra thì không thể nào hết - vì nhiều lắm, chỉ xin kể đôi vị tiêu biểu như: Người Việt-Nam có G.s Trần-văn-Khê: được mời thỉnh giảng trên 42 quốc gia, Viện sĩ Viện Khoa-học, Văn-chương, Nghệ-thuật châu Âu, Ủy viên danh dự Hội đồng quốc tế Âm nhạc, kiêm Chủ tịch Diễn đàn Âm-nhạc Châu Á; Nhạc sư Yoshiro Irino, Nhật-Bổn nổi tiếng với vở Đại-nhạc-kịch (opéra) "Chiếc trống lụa", sáng tác theo lề lối phương Tây, nhưng mang nét đặc thù của truyền-thống Nhật-Bổn (lối hát Nôh); Điệu tụng "Eumpal" trong truyền thống Phật-giáo Triều-Tiên thì được nhạc sỹ Kyu-young-Chin (Hàn-Quốc) đưa vào làm chủ đề cho tác phẩm "Trầm-Tư"; Bà Chủ tịch Hội Âm-nhạc Quốc-tế HIỆN-ĐẠI Mã-Lai: Valérie Ross phối hợp trống Ấn-Độ, chuông Trung-Quốc, cồng Mã-Lai với tinh thần triết lý, âm-hưởng Phật-giáo tạo nên một tác phẩm độc đáo nổi tiếng có tên là "Nghiệp-chướng - KARMA" (Mã-Lai có ba dân tộc sống chung là: Trung-Quốc, Ấn-Độ, Mã-Lai)... Còn Trung-Quốc thì rất nhiều, Đài-Bắc, Hồng-Kông... rồi Ấn Độ v.v... Còn có trường hợp đặc biệt: Tại hội nghị Âm-nhạc Wellington-Tân-Tây-Lan, nhạc sỹ Nguyễn-Cường người Việt-Nam, (quốc tịch Tân-Tây-Lan) đã đoạt giải thưởng Quốc-tế về Âm-nhạc nhờ sáng tác theo tinh thần Âm-điệu bài "Phụng-Vũ" trong nhạc cổ Việt- Nam... Cô Diệp-Minh-Mỹ

(Yip-Ming-Mei) cha Hoa, mẹ Việt, là Giáo-sư, Tiến-sỹ Âm-nhạc Đại học Sorbonne (Pháp) đã tổ chức tại Hồng-Kông nhiều cuộc hội thảo về Âm-nhạc-Tôn-Giáo tại châu Á v.v... (theo lời kể của G.S Trần-văn-Khê về "Diễn đàn Âm-nhạc Quốc-tế tại UNESCO-Paris, 1991).

... Thôi, chúng tôi chỉ xin phép trình bày tàm-tạm như vậy. Chúng tôi càng không hề có ý định so sánh to với lớn gì, mà chúng tôi chỉ muốn nói với tuổi trẻ Việt-Nam: "Chính cái Truyền-thống đang làm nên cái Hiện-đại", còn ngoài ra chỉ là phong trào, là nhất thời...

Để cho khỏi thiếu thì cũng xin nói một chút về:

Xu-hướng Âm nhạc Hiện-Đại Phương Tây

Trên 300 năm nay Âm-nhạc phương Tây (ở các mặt) đều phát triển rất mạnh - theo đà của khoa học kỹ thuật, trong đó có nhiều cái "bị Ép" vào "công-thức", ví dụ như: Thang-Âm (bình quân luật), Điệu-Thức (trưởng, thứ tương đối), Cấu-tạo và liên kết Hợp-Âm Kế-cận, Sức-Hút với công năng T-S-D (tonique-Sous dominante-Dominante) v.v... Từ đó họ có nhiều Nghệ-sĩ thiên tài cho cả thế giới... Cho đến hôm nay hình như các khuôn-mẫu về các công-thức đó đã bị khai thác quá nhiều, đã thành quá quen và... "nhàm" (kiểu: Biết rồi - nói mãi!) Nên cũng gần Trăm năm nay (những người tiên phong) họ cố tình... phá đi, hoặc thoát khỏi các "công-thức" đó bằng cách... tìm những công-thức khác - Chi ly hơn - vì nhờ Máy-móc càng ngày càng "tinh-vi" hơn!... Rồi các thể loại Âm-nhạc mới được hình thành: "Nhạc-mười-hai cung", "Nhạc-Toàn-cung", "Nhạc-Vi-cung", "Phức-cung",... "Đa-cung-thể", "Nhạc Cụ-thể", "Nhạc Điện-tử "... dần dần đến chỗ: không cần nhạc-khí, không cần nhạc-công, không cần bài bản-nốt nhạc, không cần nhạc-sĩ... chỉ cần máy móc và... một kỹ-sư... Họ đưa vào máy tính vài "dữ-kiện" tình-cờ (không thể nói là tùy-thích được, vì có biết cái gì sắp xảy ra đâu mà... thích với không thích!) rồi từ máy đưa ra hàng loạt "các phương-trình" (như kiểu toán-học)... tha hồ mà chọn lựa, gia giảm, thêm thắt thành... tác phẩm. Thế nhưng, những phong-trào cấp tiến nầy rất... ư là mau xẹp, vì cái thứ "tình-cảm" (nghệ-thuật) đó, có lẽ dùng để "tâm-sự" - (nói)- với máy (còn Người thì lo... cải nhau về: đúng, sai) hơn là nói với... "Nhau" - Ngoài những nhà sáng tác quá nặng về Lý-tính, những Nghệ-sĩ "Hiện-Đại Thật-sự" đang tìm kiếm chất liệu "Mới" ở Âm-nhạc truyền thống của các dân-tộc trên thế-giới, đặc biệt là có rất nhiều nhà Văn-Hóa, Nghệ-Thuật hết sức say mê đang đi về Phương-

Đông học hỏi-nghiên cứu. Trong đó có nền Văn-Hoá-Phật-Giáo, Văn-Hóa Á-Châu... là một mục tiêu lớn, cho sự tìm tòi "Chất liệu Mới". Hầu hết họ tin rằng những chất liệu "Mới" nầy sẽ đem lại cho những phát triển Hiện-Đại tính cân bằng và đem nhiều lợi ích thiết thực cho con người...

Tóm lại: " Tất cả những cái cũ không phải là bỏ đi - hay phải "Xấu hổ" về nó (!). Như vậy khi nói về Văn-Nghệ, Văn-Hoá Hiện-Đại: chính là sự chọn lọc ở cái cũ, cái truyền-thống mà tạo cho được thành cái Mới.

Sau đây, chúng tôi muốn nhắc các Anh Chị Huynh-trưởng trại sinh nói với các Em của mình về những cái mà các Em đoàn-sinh chưa biết hay còn thắc mắc trong Ca-Nhạc-Sinh-hoạt GĐPT (bởi ngày hôm nay các Em có biết, có hiểu rõ thì mới thật sự có tình-yêu-thương mà trân trọng gìn giữ nó).

Trước tiên: Nhạc GĐPTVN có hơi hướng truyền-thống gì không, hay cũng chỉ có "Chất Tây"- mà lại "Tây-Xưa" (!). Vì các Anh, Chị lớn đều theo Tây-Học. Điều nầy cũng đã được trả lời nhiều rồi, nhưng lại quá chú trọng đến "nội-dung-lời-ca". Nên hôm nay chúng tôi xin nói đôi điều về "nội-dung-Nhạc" Rất tiếc là khuôn khổ bài viết, và buổi nói chuyện không cho phép dài dòng (nên rồi đây chúng tôi sẽ viết thành nhiều bài).

Có nhiều Tác-giả Huynh-trưởng GĐPTVN là những nhạc-sư, nhạc sĩ nổi tiếng (cả với nước ngoài) về nhạc cổ truyền và tân-nhạc Việt-Nam như: Nguyễn-hữu-Ba, Bửu-Bác, Thẩm-Oánh, Lê-cao-Phan,... (trong đây có hai người đã chính thức nhận lãnh cương vị Uỷ-viên Văn-Nghệ GĐPTVN trong suốt mấy mươi năm qua: là Huynh-trưởng Nguyễn-hữu-Ba (đã mất) và Lê-cao-Phan. Các lớp Huynh-trưởng nhạc sĩ tiếp theo cũng là những người có tên tuổi như: Lê-mộng-Nguyên, Hoàng-thi-Thơ, Phạm-mạnh-Cương, Hoàng-Cang, Dương-thiện-Hiền, Đỗ-kim-Bảng, Tâm-Hòa, Nguyễn-Hiền, Hoàng-Nguyên, Lê-mộng-Bảo, Trần-nhật-Thành, Phạm-thế-Mỹ... Các Huynh-trưởng và các Đoàn-sinh GĐPTVN thời đó, trong sinh-hoạt ca-hát, vui chơi cũng ít khi nhắc đến chuyện truyền-thống - vì ít nhiều chúng ta đã được sống ấp ủ, trong sự Giáo-dục Huân-tập ở nhiều môi trường mang tính truyền-thống rồi (còn bây giờ chúng ta phải khẩn-thiết nhắc lại cho các Em mình: là vì Ba mươi năm qua đã có nhiều xáo trộn lớn lao xảy ra trong Xã-hội, mà tuổi trẻ Việt-Nam hôm nay không tránh khỏi bị ảnh hưởng sâu đậm từ căn bản... (dù đang ở trong nước, hay đã ra hải-ngoại).

Vì vậy, chúng ta cũng nên dành ít phút để nói sơ lược - riêng về "Nội-dung-Nhạc"... (có cái gì đó) - ở các bài ca GĐPTVN mà nó "cứ đi theo ta" suốt... mãi cho đến hôm nay. Xin đơn cử vài bài mà bất cứ một đoàn sinh nào cũng biết:

Bài Phật-Giáo Việt-Nam của Lê-cao-Phan với thang âm Ngũ-cung: Đô-rê-mi-sol-la (không có nốt fa và nốt si) Xin thưa ngay tại đây: Đừng nghĩ đơn giản: Ngũ-cung là chỉ giới hạn trong 5 nốt (như vậy là... nghèo hơn Tây-phương 2 nốt!). không phải vậy đâu mà "Ngũ-cung biến hóa... thần sầu quỉ khốc" khi biết "chuyển-hệ", thay đổi Âm-gốc hay Âm thức (để nghị tham khảo tập 1 "sinh hoạt Văn-Nghệ GĐPT" /chương 3 - từ trang 50: Âm-nhạc truyền thống VN).

Bài Sen-Trắng, nhạc Ưng-Hội, theo cung cách "Âm-thể Trưởng": 2 câu đầu lặp lại nhau, cũng dạng 5 cung gốc sol (sol-rê-la-Si) nhưng giấu kín nốt mi để làm một chất liệu mới cho câu 3, cùng lúc sử dụng thêm nốt Fa#, tạo một quãng ½ (nửa) cung từ sol đi xuống - như đổi qua hợp-âm Mi thứ tương đối (kiểu nhạc phổ thông quốc tế) và cuối cùng còn nốt Đô cũng được "kín đáo" lướt xuống (đặt ở phần Yếu của phách Yếu) mà chấm dứt đúng "bài-bản". Đây là cách viết Tây - mà không Tây lắm nên rất được giới Thanh niên yêu thích.

Bài Gia-Đình Thân-Ái của Lê-mộng-Nguyên: Nghe vui, trong sáng và rất mới từ bốn ô-nhịp đầu bằng một hợp âm trưởng, chấm dứt theo giai-kết-trọn (với 2 hợp âm trưởng-bậc-5 và trưởng bậc 1 nối kết nhau) nhưng toàn bộ bài hát thì chỉ sử dụng có 5 cung (cụ thể: 5 nốt).

Bài Mầm-Măng và bài Chim bốn phương của Huynh-trưởng Nguyên-Phương Hoàng-Cang cũng chỉ viết có 5 cung. Mầm-Măng: nếu chọn Âm gốc là RÊ thì không có nốt quãng 4 (sol) và nốt quãng 7 (đô#) của nhạc phổ thông 7 nốt điều-hoà.

Đặc biệt nhất là "Chim-bốn-phương": vẫn là 5 cung (theo nguyên-tắc hình thành - phát triển của giọng nói) nhưng tác-giả "chỉ cần Xài" có 4 nốt, nếu hát với "tông Fa" thì chúng ta có: fa-sol-la-đô, trong lúc 3 nốt fa+la+đô được xem như là "một" - theo luật Cộng-hưởng - ("Bội-Âm" của khoa Âm-học)- có thể thành lập hợp âm Fa trưởng. Như vậy Anh Hoàng-Cang chỉ còn "vốn-liếng" là 1 nốt sol để... chạy tới, chạy lui, thì phải kể là rất tài!

Bài Em đến Chùa của Huynh-trưởng Thiện-Hiền Dương-xuân-Nhơn với giai-điệu hết sức mềm mại mượt mà, mà cũng rất trong sáng đơn giản cho tuổi thơ, vẫn chất liệu 5 cung (đô-rê-mi-sol-la) chỉ một lần dùng đến nốt Si (quãng 7) như một "nốt bắt cầu" lướt-liền-xuống rất êm-ả làm cho câu mở đầu thanh thoát hẳn lên - theo tôi đó là một mẫu mực cho nhạc Oanh-Vũ (... Xin mở dấu ngoặc ở chỗ nẩy: nếu chúng tôi vì sự thành thật mà có phạm đến hạnh khiêm-tốn của quí Anh Chị - thì xin quí Anh Chị tha thứ) *Bài Đoàn Áo-Lam (Trai đoàn Áo-Lam) của Phạm-mạnh-Cương là sự phát triển từ 5 cung sang 6 cung mà ta tìm thấy trong vài bài Dân-ca VN sau nẩy như: "Se chỉ luồn kim", "Con gà rừng" (chèo)... Chúng tôi không nói bài nẩy có tính dân-ca, chúng tôi chỉ nói về một cách "làm" của tác giả mà thôi: đó là từng bước tìm thêm các chất liệu mới một cách hợp lý.

Bài Kết-Đoàn của Anh-Lạc cũng khai thác 6 nốt nhưng khác với "Đoàn Áo-Lam": Đoàn Áo-Lam sử dụng quãng-bảy có bán-cung mà tránh né quãng 4 (có nữa cung); "Kết-Đoàn": có 4 câu nhạc thì 3 lần dùng Giai-kết-trọn (chấm câu) mà không dùng nốt quãng 7 - lại trọng dụng nốt quãng 4.

... Nhờ vậy mà số đông - những bài nhạc viết cho các sinh-hoạt trong GĐPTVN tuy có cung cách thông dụng của loại "Nhạc-Chủ-Âm" nhưng không bị lai-căng, cho đến sau nẩy nhiều bài sử dụng đầy đủ 7 nốt "Gam-Điều-hòa" của Phương Tây nhưng vẫn mang Âm hưởng VN, ví dụ:

Bài Kính mến Thầy của Huynh-trưởng Dương-xuân-Dưỡng có ai dám nói là "lai-căng" đâu - mặc dù Anh đã sử dụng "Gam-Thứ tự-nhiên" rất phổ cập cho các loại ca nhạc dân gian Châu Âu. Hay...

Bài Vui dựng Gia-Đình của Huynh-trưởng Đỗ-kim-Bảng thì đã phong-phú (... giàu có) rồi: Bài hát xem như viết với "cung-Thứ", nhưng nếu "nhắm-mắt" đệm hợp-Âm với công-thức nhạc nhẹ phổ thông thì... đau-khổ cho bài hát lắm!... Bài nhạc bắt đầu sau hai lần rải hợp âm Rê-thứ (Dm:rê-fa-la), bỗng nhiên nét nhạc có sức mạnh đẩy lên, vươn thẳng tới: rất đẹp, rất lạ, mà cũng rất quen với quãng 6-trưởng (nốt Si bình trong gam Dm). Nói LẠ: là vì bất ngờ, QUEN: là vì trong điệu thức Dân-ca Việt-Nam - ở miền Trung và miền Nam đã từng sử-dụng cái quãng 6-trưởng nầy, (hơi tương tợ "gam Dorian" thời cổ Hy-Lạp)... đến chỗ cao trào (lời: ta chung đắp xây) anh lại đưa thêm nốt Do# vào theo kiểu nhạc "Thứ-Hòa-Điệu" (từ đây anh đem giấu bặt tăm nốt Si, mà ta chỉ còn đoán là: chắc nó đã trở về với Rê-thứ - nghĩa là Si phải giảm - theo như ở bộ-khóa (armature). "Họ" tưởng Anh chơi trò "Đánh-đố" nên có người hỏi:... ở khóa nhạc có để dấu Si-giảm, nhưng có vài nốt Si thì "ổng" cho "bình" hết rồi, "còn nốt Si nào đâu mà giảm"... *Ngoài ra còn có nhiều bài nhạc giữ nguyên chất cổ truyền VN mà vẫn được Thanh-thiếu niêu yêu thích như: Ngày Đản-Sanh (vui mừng gặp ngày nay...) Ngũ-Giới (muốn tu lòng diệu-minh, phải giữ Giới, Luật cho rành...). Bài Tụng Sám-Hối (Đệ tử kính lạy Đức Phật Thích-Ca, Phật A-Di-Đà...) (của Nguyễn-hữu-Ba)... Các bài dân-ca cải-biên: Lý Con-Chuột, Lý con-Khỉ, Lý Cây xanh, Mê mải... lu bu...

Kính thưa... Nói ra thì còn quá nhiều...

... Tóm lại, thì Nhạc GĐPTVN đều có nguồn gốc Âm-Giọng từ Ngôn-ngữ Thi, Ca, Hò, Vè, Lý, Ru, Ngâm, Tán, Tụng... được ký hiệu cụ thể bằng: Thang-Âm, Điệu-Thức Ngũ-cung VN... Về Hình thức mới, thì chúng ta học cách cấu trúc gọn gàng, chia thành từng vế, từng câu, từng đoạn... Học "Giải-Kết Âm-nhạc" để sử dụng như cách: Chấm, Phẩy, Xuống dòng, Dấu than! Chấm hết trong văn-chương. Mô phỏng các Âm-hình Giai-điệu, Âm-hình Tiết-tấu v.v... để triển-khai chủ để Nhạc cho thêm mạch lạc, sinh động, dễ thuộc dễ nhớ... Bằng cách làm nẩy, chúng tôi nghĩ là vẫn còn nên tiếp tục nhưng đồng lúc (bây giờ) phải đào sâu hơn tìm cái cốt lõi, bỏ bớt các chi tiết, và nắm bắt cho kỳ được các chất liệu mới tiến bộ (về hòa-âm, về phối-nhạc, về tiết-điệu, phức-điệu, đa-cung-thể...) mà cuộc sống hiện đại đang cung cấp cho chúng ta.

Bây giờ, đến công việc khó khăn nhất là tìm một "Phương-pháp Khả-thi": để đưa được các tính cơ-bản trên của Văn-Nghệ GĐPTVN làm một phương tiện tốt cho Hôm-nay và Ngày-mai trong việc đem lại sự yêu-thích, gần-gũi đúng đắn, mà hỗ trợ việc Học-Phật cho tuổi trẻ thêm sinh động và phổ cập. Theo chúng tôi: muốn làm việc gì tốt, trước tiên đều phải học - đừng đóng khung Văn-Nghệ chỉ là giải-trí (!) - Vì ngay cả "Giải-Trí"- dù đã Hay, Đúng mà thiếu sáng tạo, cập nhật hóa (nhiều mặt để cấu-thành "cái-Trò-đó") thì cũng bị "vô-thường" sa thải. Muốn khỏi bị "Vô-thường" (nghĩa thấp và nghĩa hẹp) thì phải chuẩn bị "chuyển-hóa" tích cực từ hiện tại cho nó, vì nó - bởi nó là gốc gác.

Chúng tôi thấy một số bài ca GĐPT hiện nay đang còn hát ở các đơn vị Gia-đình quả là quá ít ỏi, chưa nói là sai lạc! Như vậy: ngay đến cách làm tiêu cực nhất của chúng ta là: "chỉ bảo tồn Nguyên-xi" cũng không làm được! Bao nhiêu bài đã được Ban-Hướng-Dẫn các cấp sưu tập lại, và in ra phổ biến đến các đơn vị. Nhưng các nơi tập hát kiểu truyền khẩu - không đọc đúng được nốt nhạc! Đàn thì rất rầm rộ, có thể đúng tên nốt mà chẳng đúng nhịp (hình nốt). Đừng lầm lẫn (nhất là đừng tự ái, mà bào chữa): Vì đánh "tiết tấu" (Rythme) đệm hát không phải là nhịp căn-bản của bài hát (!). Thứ nữa các tiết tấu kèm với hợp âm để đệm hát thông dụng hiện nay lại là của loại nhạc "nhảy-đầm" hoặc của nhạc trẻ thời trang hay kích động... chúng ta còn gặp một trở ngại khác là: một số "cây-Văn-Nghệ" nầy thường "che đậy", luôn luôn tìm cách chê bai, công kích những gì mà họ không "quen" (!).

Điều nầy không có gì lạ, vì ca nhạc cũng có nhiều xu-hướng, nhiều phong cách khác nhau - khi chúng ta sử dụng mà chưa giới thiệu, bày vẽ gì cho các em, thì trách làm sao được (ngay một trò chơi cũng thế thôi).

Ngày xưa sống ở Quê-hương, nó khác: từ nếp sống tình cảm, nghĩ suy... từ bụi chuối sau hè, từ trăng treo ngọn trúc, bài dao ca ru con, tiếng chuông khuya, tiếng gà gáy sáng, rồi giọng hò câu hát v.v... rõ ràng lúc ấy trừ các nhà nghiên cứu, còn chúng ta... hơi ít nói đến truyền thống. Bởi vì không phải ngẫu nhiên mà dân miền Nam thích ca-nhạc-tài-tử hay khoái Vọng-cổ; miền Trung tụ họp nhau... hò hụi, hay ca-thính-phòng, hò Huế, nghe nhạc-cung-đình, xem Tuồng; người miền Bắc hát Quan họ, múa Chèo... Hát-đám, Hát-hội v.v...

Còn bây giờ tuổi trẻ VN (dù ở đâu) cũng đang bị bứng dần ra khỏi gốc rễ - trước sự tấn công ồ ạt của Văn minh thương mãi, vật chất. Như vậy chúng ta không còn cách nào khác hơn là phải học (không phải chỉ có chơi như trước) - nếu chúng ta còn cho rằng: việc tôn trọng gìn giữ những giá trị tinh thần của tiền-nhân phải là một trong các mục tiêu của tổ chức GĐPTVN.

Chúng tôi có Dự-thảo một chương trình học nhạc cho GĐPTVN có Hệ-thống, và dài ngày xin được trình bày ra đây vài điểm chính: Về Thời-gian, Về chương trình: (những cái căn bản cần phải học và hành), Về Huynh-trưởng phụ trách bộ môn ca-nhạc...

Về Thời-gian: Suốt thời kỳ Oanh-Vũ ngoài các bài ca ngắn, vui chơi giải trí, thỉnh thoảng tập cho các em môn "Xướng-nhạc-tiết" và tập nghe phân biệt âm thanh cao thấp, độ ngắn độ dài... biến các bài học thành những trò chơi: sử dụng các pháp khí (chuông, mõ, tang, trống...) từ gõ đều, đến gõ đan-chen và kết hợp phức tạp dần... Tập đọc các dấu-giọng Tiếng-Việt (huyền, sắc, nặng, hỏi, ngã, không dấu) theo vài ba dạng thang âm Ngũ-cung đơn giản nhất (các em học thực hành mà chẳng cần phải "Hiểu-Nhạc"). Sau đó mới tập đọc qua thang âm 7 nốt điều hòa Tây phương.

... Rồi ở ngành Thiếu, ngành Thành, chương trình Lý-thuyết và thực hành về nhạc truyền thống và nhạc Tây phương được tiến hành song song và nâng cao dần (xin xem chương trình dự thảo đính kèm)...

... Học "Chính-qui" thì chỉ xin chen vào thời gian học "Trường-Kỳ" của các Huynh-trưởng: cụ thể ở bậc Kiên (1 năm) bậc Trì (2 năm), Định (3 năm), Lực (5 năm) và 4 bài đúc kết từng giai đoạn cho các trại Huấn-luyện: Lộc-Uyển, A-Dục, Huyền-Trang, Vạn-Hạnh. Tất cả đều Học kiểu Hàm thụ, theo từng "Chúng", có Bảo-Huynh, Bảo-Tỷ nhắc nhở, chỉ "lên-lớp" khi có sự Hội-học của "Cấp". Chúng tôi thấy cái khó không phải ở thời giờ, mà khó vì thiếu quyết tâm, không đều đặng, bỏ bớt bài, không thực tập,... nước đến chân mới học lướt qua để lên trình độ tiếp theo... "Âm-nhạc là thực hành không phải lý thuyết mà thành bài bản được". Để khuyến khích việc học, cũng xin BHD cấp chứng chỉ cho mỗi trình độ.

Về Chương trình: Vì không học CHUYÊN (sâu) mà chúng ta phải học "Rộng" hơn: Vừa Truyền thống, vừa Hiện đại. lại phải nhắm vào cả 3 đối tượng: "Thưởng-ngoạn", "Sáng-tác", "Biểu-diễn".

Mà "Thưởng-ngoạn" được đặt lên hàng đầu: Vì nếu

có được lớp người Thưởng-ngoạn đúng đắn, thì mới có hy vọng uốn nắn hai lớp người kia (người sáng-tác, người biểu-diễn) - khi họ vì danh, vì lợi vì cả... bất tài mà tự đánh mất Tính-Văn-Hóa (đây là điều đáng buồn cho một số "thần-tượng" hiện nay, đã thật sự đem đến nguy hại và đảo điên cho tuổi trẻ hôm nay).

Bởi vậy chúng tôi nói: "Phải biết vỗ tay như Chánh-Pháp" - Vì "vỗ A-dua" "vỗ Tầm-bậy" "vỗ Lợi-dụng" là "vỗ-có-Ý-đồ",... là đang tiếp tay giết chết những cái tốt đẹp còn lại của Xã hội... nghĩa là: làm cho tất cả mọi thứ: Giáo dục, Văn-Nghệ, văn-hóa, tôn-giáo, chính-trị v.v... đều bị nguy cơ suy thoái...

Áp dụng vào chương trình chúng tôi đề-nghị: Vẫn học nhạc theo các phương thức dạy nhạc phổ thông, và qua mỗi bài nâng cao trình độ, chúng ta đặc biệt chú ý đến việc giảng-giải và thực hành những Giai-Điệu với Thang-âm, Điệu-thức VN: từ "Nhị-cung"... vì đó là Âm-giọng tiếng nói của con người được phát triển tự nhiên, từ 2 cho đến 5 độ cao (điều nầy mang tính chung-chung của khoa vật-lý) bên cạnh đó là tìm hiểu sự thay đổi "Các Dạng" của Thang-Âm, sự biến chuyển của Điệu-thức để thấy cách sáng tạo tuyệt diệu của Tổ-Tiên mình: làm giàu "Ngũ-cung" bằng những tố chất ở giọng nói của từng địa phương, có ảnh hưởng của môi trường địa lý, phong thổ, nếp sinh hoạt (làm việc, nghỉ ngơi...) của các vùng, của các miền, mà tạo nên rất nhiều thể loại Văn-Nghệ, văn-hóa dân-gian... giàu đến mức vô-cùng-tận!... Trong đó có thể nhìn rất cụ thể ở bình diện Âm-nhạc là: sự biến hóa nhuần nhuyễn của "6 dấu giọng Tiếng-Việt" (huyền, sắc, nặng, hỏi, ngã và không dấu), cộng với đôi tiếng lót, tiếng đệm và luyến, láy... đã góp phần lớn trong sự kỳ diệu nầy...

... Nếu Chúng ta làm được điều nầy, chúng ta sẽ đạt được 2 kết quả rõ rệt:

1/ Lần hồi đưa vào tiềm thức lớp trẻ sự phong phú về "Âm-giọng", về "Âm-điệu" mang tình cảm cùng "hình-ảnh" của các miền Quê hương VN... Từ đó các em dễ quay về với mọi cái của dân tộc Mình. Nhân tiện, chúng ta có thể hướng dẫn thêm cho các Đoàn sinh "cách làm Thơ": (về Gieo Vần, Đối, về Luật, Niêm, Bố-cục...). Rồi các Em sẽ Quen, sẽ Hiểu, và sẽ Yêu thương chân thành, để tự dưỡng-nuôi, tự bảo vệ cho tâm hồn mình trong xã hội mới mà vẫn giữ được sự dịu dàng, đằm-thắm... chan chứa tình Quê-hương. (Ở chỗ nầy học các âm điệu ngũ-cung có thể bổ sung cho các lớp học Việt-ngữ của các GĐPTVN ở hải ngoại).

2/ Bớt đi được tinh thần vọng ngoại cho một số thanh niên theo Tây-học "Cái-gì-cũng-biết-hết": nhất định Âm-nhạc truyền thống VN phải tự chết thôi, "nghèo-nàn" quá mà. Cứ thử "Đếm" xem (họ là người thích-đếm). Một bên chỉ có 5 nốt, còn "người-ta" có đến 7 hay 12 nốt - Ai hơn ai nào! (Đáng tiếc là anh bạn ấy còn chưa biết gì về "vi-cung" (người ta đã chia một cung ra thành mấy mươi phần nhỏ nữa), nhưng nguyên nhân sâu xa của nó chính là "sự bế-tắt". Vì thực tế loại Âm nhạc tràn lan khắp thế giới hôm nay cho "lớp-trẻ" hầu hết vẫn còn nằm trong: chỉ có 2 Âm-thể-chính là "Trưởng" và "Thứ" (!).

Ở phần Nhịp-điệu: Tập "đếm", tập gõ các loại "Phách", "Nhịp"... từ chậm đến nhanh, từ đơn giản đến phức tạp. Học hỏi, sử dụng các loại Pháp - khí của Chùa. Dựa vào "tính-chu-kỳ" của các loại nhịp 2/x, 3/x, 4/x,... "nhị phân" (binaire) hay "tam phân" (ternaire)... nhịp đơn, hay nhịp kép mà sáng tạo nên những tiết tấu mới để... giảm bớt sự "độc-tôn" của các tiết tấu khiêu-vũ, nhạc trẻ kích động... mà hiện nay các "cây Văn-Nghệ" GĐPT hay hỏi lại các Anh Chị: "Nếu không dùng NÓ (!) thì dùng cái gì để đệm hát, đệm múa trong sinh hoạt hay trong Lễ-cúng!"...

Tuổi trẻ hôm nay không thích Chịu "sự Áp-đặt": "Các Em phải chọn cái nầy, không được thích cái kia!"... Chúng ta phải cho các Em trực diện... rồi phân tách, dẫn giải để thuyết phục... Như vậy về căn bản, ít nhất các Em phải có một sự hiểu biết phổ thông về: nhạc cổ-điển (phương Tây), nhạc nhẹ, nhạc trẻ, nhạc nhảy, nhạc Jazz, nhạc thời trang v.v... và cũng chính ở đây chúng ta sẽ rút ra một số điều cần phải tiếp thu học tập. (tham khảo ch/tr học Nhạc của Bậc Định 3 năm) (Tất cả những cái TƯƠNG-ĐỒNG và DỊ-BIỆT đó phải được Giảng giải, So-sánh - Đối chiếu cùng một lúc, trong mỗi tiết học).

... Tương lai chúng ta sẽ có một đội ngũ sáng tác Âm-nhạc Phật-Giáo (nói chung) Không-chuyên nhưng vững vàng để tiếp nối bước đi của các Anh Chị mình một cách xứng đáng, và để "Xây dựng xã-hội trên tinh thần Phật-Giáo" (Hiểu-biết và Thương-yêu)... Các đề tài bài hát cũng phải mở rộng, đi vào mọi tầng lớp sinh hoạt quần-chúng - từ khi sinh ra cho đến khi chết... biết bao là "hiện-tượng" Được-mất, Khen-chê, Vinh-nhục, Khổ-vui (Bát-phong)... tất cả, tất cả đều không thiếu lời Phật-dạy... Chúng ta phải đem cho được những Lời-dạy quí báu nầy vào thẳng trong kiếp sống nhân sinh mà "Phục-vụ-Xã-Hội"- đây là tinh thần "Tứ-Nhiếp-Pháp". Và GĐPT là thành phần đến học đạo ở chùa, mà... không được ở chùa - Phải trở về nhà, Vào... chợ, thì cũng nên có những "bài-hát" để hát... ngoài chợ, trong nhà... chứ những "bài ca sinh-hoạt nội bộ" thì đã để lại ở chùa, mỗi tuần mới được hát 1 lần... 5, 10 phút... mà tuổi trẻ thì... thèm ca hát lắm!

Kính thưa…

... Cũng có thể coi như từ đầu đến giờ, chúng tôi nói rặt toàn là lý-thuyết - (nếu như không có con người cụ thể để thực hiện). Chúng tôi cũng biết: đề nghị một cái gì mới đã khó, mà chuyển đổi một cái gì đó đã thành nếp thì còn khó hơn, và kết cục thường là thất bại trong sự thờ ơ của nhiều người... Chúng tôi đã gặp câu hỏi: Thôi thì cứ cho là "Nó hay đi" nhưng các Gia-Đình lấy đâu ra số Huynh-trưởng hạt nhân Văn-Nghệ "Mới" để hướng dẫn chương trình học nhạc "kiểu-đó" (!)... Chúng tôi xin thưa theo lời Phật dạy: "Nếu suy nghĩ mới - thì thành con người mới - chứ mới ở đâu ra" bởi vì: chỉ cần người hướng dẫn thực hành "Đúng" được từng ký hiệu căn bản của nhạc phổ-thông là có thể xem sách và theo bài soạn sẵn mà học và dạy được - không có gì là khó khăn cả, cái khó duy nhất vẫn là sự cực đoan - chen kẽ với sự che đậy: Vì, "Cái gì cũng biết hết - nên cái gì cũng cần phải chê"!...

... Do có nhiều trăn trở, mà chúng tôi mạo muội trình bày những thiển-ý trên, chắc chắn nội dung đã có nhiều điều sai lầm... nhưng vẫn hy vọng trong tinh thần "Kiến-hòa đồng giải", "Ý-Hòa đồng duyệt"... và sự lớn mạnh của tổ chức mà sẽ giúp nhau tìm ra một giải pháp cho việc phát triển Nhạc GĐPTVN và Nhạc Phật-Giáo V.N (nói chung)...

Cũng đừng quá... Tùy-duyên - "mà đợi cái Thuận-duyên", cũng đừng quá dễ dãi mà nghĩ đơn giản là: "chúng ta có thể đem "NHẠC-TRỜI" đến cho bất kỳ cái đám đông ồn ào nào", vì giữa sự "Phát và Thâu" của một âm thanh - đều phải có một tần số thích hợp... Đã thế "Nhạc-trời" của chúng ta càng ngày càng hiếm hoi, thậm chí có một số "bài ca Phật-giáo" hình như là... cương ra, "nghiển" ra mà hát! (nghiển-ra chứ không phải nghĩ-ra) (!) Bởi vì có nghĩ suy mà ghi lại, thì dù chưa hay cũng có thể gọi là một "sáng-tác"... như của chúng tôi!

KẾT LUẬN

Vấn đề Văn-Nghệ - nhất là ca nhạc cho tuổi trẻ hôm nay - Ví như hình ảnh một đám cháy lớn, với một nhóm người có ít cái gáo dừa trong tay, bên cạnh một cái giếng hoang (vì bỏ quên) nhưng đầy nước trong mát... Họ cảm thấy chưa thể... "An-vui" được, tay chân còn muốn... ngọ-nguậy, vì họ thấy... phí thời-gian-sống quá, nên chẳng sợ quí vị trí giả "thức-thời", (đứng ngoài và đứng xa) lắc đầu, cười chê... Họ cùng nhau tẩm ướt các cây xanh chung quanh vùng lửa, dù ít nhiều thì vẫn còn hơn cứ im lặng... mà đợi chờ. Đợi chờ cái... "Thành-Trụ-Hoại-Không" (!) (như một số "cao-kiến" hay khuyên lơn họ!) Bởi thật ra làm gì có "cái KHÔNG" - vì nếu có "một cái không" thì đã thành một tỷ cái có rồi!... Nên họ cám ơn, và vẫn cần mẫn tiếp tục tìm cách vượt qua từng khó khăn, trên bước đường 60 năm theo các Thầy, Cô và các Anh-Chị -Em của mình.

... Nhưng, dù sao hôm nay chúng ta cũng đã có

một niềm vui lớn, với một hình ảnh hiện thực là: GĐPTVN mỗi ngày mỗi lớn, đang dang rộng vòng tay kết nối - thân ái Lục-Hòa ở mọi chiều, mọi hướng trên nhiều châu lục bằng con đường Bi-Trí-Dũng.

... Trên tinh thần phấn chấn, củng cố để mở rộng, Chúng tôi trình bày bài viết nầy như một tham luận, mong được sự chỉ dẫn, góp ý của Quí Thầy, Cô, của các Anh, Chị lớn, cùng toàn thể Anh-Chị-Em Huynh-trưởng GĐPTVN.

Trân-trọng

Nguyên-Định Bửu-Ấn
Leesburg, Virginia, july 29, 2003

VIỆC TIẾP CẬN TUỔI TRẺ VÀ HỘI NHẬP VĂN NGHỆ GIA ĐÌNH PHẬT TỬ TRONG BỐI CẢNH XÃ HỘI HIỆN NAY

(Bộ môn Văn nghệ)

NỐT NHẠC... DẠO

Bài viết nẩy chúng tôi không nhằm nói lên một điều gì mới, không dám trình bày một cái gì gọi là hiểu biết riêng (bởi vì Ai cũng đã biết). Sở dĩ bài nẩy có mặt là do sự thúc giục rất nhiều lần, từ đôi ba câu hỏi rất phổ thông, giản dị mà tôi gặp mãi hằng ngày (ở ngoài đời), hằng tuần (trong GĐPT) mà bản thân thường phải trả lời lấp liếm, cho qua chuyện... nên trong lòng cứ trăn trở mãi! Do đó bài viết hôm nay mang dạng một lá thư: Tâm sự, trần tình, gởi đến Quý Thầy Cô tôn kính và Quý Anh-Chị-Em thân thiết nhất. Duy có điều: lá thư hơi... dài, có vài điều cứ lặp đi lặp lại mãi-thật ra người viết cũng chán!... nhưng không trốn nó được, vì đi đâu cũng gặp (từ bên nước nhà, cho đến qua đây). Thôi thì cho tôi... năn nỉ: Các Anh-Chị-Em đọc chán, mệt thì... nghỉ, hết mệt xin đọc tiếp; bởi tôi rất trông mong có được lời "Giải-nạn" từ phía Quý Thầy Cô, Quý Anh-Chị Huynh trưởng, và các Em Đoàn sinh GĐPT về chương trình Văn-Nghệ hiện hành của chúng ta "làm thế nào có Thực-chất là Truyền-Thống, là Tuổi-Trẻ-Hiện-Đại để khai sáng và phát triển!" theo Đường-Hướng đã được đề ra từ... xưa đến nay!

Kính thưa 1: (Về đường hướng)

Đường-Hướng Giáo-dục của Phật-Giáo (trong đó có GĐPT) là dựa trên Giáo Pháp của Đức Phật, mà trên 2500 năm nay thế giới vẫn còn ngưỡng mộ. Như thế có nghĩa là những lời dạy đó đã thử lửa và được đứng vững qua nhiều cọ xát - khi hòa nhập vào các nền Văn minh văn hóa của nhân loại. Có được sự kỳ diệu đó là nhờ biết theo lời Phật dạy: Các Pháp ở thế gian không có sự trường tồn, phải biết TÙY-DUYÊN mà hoằng hóa mới xiển dương được Chân-Lý (dù Chân-Lý là BẤT BIẾN).

Phần chúng tôi, đôi khi quen miệng cũng hay nói chữ "Đường-Hướng", mà với sự suy nghĩ hạn hẹp của riêng tôi: chữ "Đường" nầy chỉ là một "Đoạn ngắn" mới nẩy sinh - ngày xưa không có vẽ trên Bản-Đồ GĐPT, vì đây là "cái đoạn trục trặc" do nhiều xáo trộn của Xã hội đổi thay, đặc biệt là hoàn cảnh đất nước trong đó GĐPTVN đã phải hứng chịu trong gần 30 năm qua...

Chúng tôi chỉ muốn có một phương thức kiến hiệu

nhất phù hợp với hoàn cảnh Văn-Nghệ hiện nay, có tính thuyết phục cao để các Đoàn sinh GĐPT có thể yêu thích mà học, mà hành trên cả Quảng đường dài (chứ không phải chỉ như... một sự vui chơi chốc lát).

Ngày nay giữa chúng ta và các Em ta đã có một khoảng cách mà chúng ta phải chủ động nối lại... Ngày xửa... ngày xưa trong một không gian khác, chúng ta có một tâm thức khác: Hồi còn bé, thường chúng ta hay khóc lóc vòi vĩnh cho được Mẹ dắt đến Chùa, rồi lần lần tiếng chuông, tiếng mõ, tiếng ếch nhái ven đê, đêm trăng tròn, trăng khuyết hình như chỉ có mỗi... công việc là nhắc ta đến Chùa... Còn bây giờ thì có đến 1001 nơi chốn lôi cuốn hấp dẫn bước chân đi của các Em... Chúng ta chỉ còn đứng xa xa, vẫy gọi: "Này! Này! các Em theo Anh, các Em theo Chị ... đến Chùa vui lắm... tuyệt vời lắm!" Các Em ngoan, thì cũng tạm dừng lại, dừng lại nhưng nét mặt có vẻ ngẩn ngơ: không hiểu chuyện gì... đang xảy ra trên đời! (dù Em ấy nghe được Tiếng Việt, hay ta nói bằng Tiếng Anh cũng không thay đổi được gì) vì môi trường sống để cảm thông đã thay đổi. (Đến đây tôi xin cúi đầu trước các Anh-Chị -Em Huynh-trưởng và Đoàn-sinh của các đơn vị GĐPTVN hiện thời đang sinh hoạt nhất là ở Hải-ngoại).

... Xin đồng ý: Tìm ra sự hiểu biết để thông cảm là hàng đầu, nhưng tính thuyết phục nhất là ở "khúc dạo đầu". Nó là Phương tiện "lặc vặc": là vui chơi, là buồn cười, là dễ thương, là Nghệ-Thuật... nhưng rồi những phương tiện nầy cũng rất dễ bị vô hiệu hóa vì Chủ-quan: đinh ninh, đại khái! Thời gian biến tất cả "Phương-tiện" thành cũ mèm, nhàm chán. Ta phải thấy trước (Tiên kiến: là một trong những điều kiện quan trọng phải có ở người lãnh đạo). Nếu không, một ngày nào đó... xấu trời các phương tiện sẽ trở thành "của nợ" đem cho: không em nào nhận! Giữ lại, không biết làm gì! Vất đi, thì tiếc!

Chúng tôi mong ước: lắng nghe lời góp ý từ mọi phía để làm mới lại một "đoạn đường Văn-Nghệ" trong nhiều con đường mòn nhỏ khác, đang dẫn bước các em từ xa, về với Ngôi Nhà LAM thênh thang mở rộng của GĐPT chúng ta.

Chúng ta đều biết: Không có con đường nào Tự có trên trái đất nầy - Không có con đường nào thẳng tắp mãi qua thời gian và không gian.

Trái lại cái nhìn vô tư thì lại "không cong" hay "nhìn vòng cầu" được.

Chỉ tại "Cái Ý" nó chen vào thì... thẳng, cong gì cũng... "Hầm bà lằng kí tố hết"!

Thôi đành phải làm quen; vừa Dạy, vừa Dỗ Anh-ta vậy!

Kính thưa 2 (Về sự "không sai"):

Ở vài Phương-Diện...

Có những điều lặp đi lặp lại, rồi... lặp đi lặp lại. Vì chúng ta đi, nhưng Đứng một chỗ!

Tôi tự kiểm điểm: "Tại mình KHÔNG-SAI"! Đường hướng lớn: Không sai! Mục đích "Cứu-Cánh": không sai! Chỉ "Tại" (hay Bị) đôi chi tiết nẩy sinh, loạn quạng do hoàn-cảnh-khách-quan, là chuyện... bình thường, là... đương nhiên (thậm chí có cái để mất hẳn thì cho là... Vô-Thường: Thành, Trụ, Hoại, Không!)... Anh, Chị, Em... thấy Phật Pháp của tôi "Cao siêu" chưa? Nói vậy, chứ đôi khi cũng cảm thấy... buồn: Mình cũng năng nổ, mình cũng nhiệt tình, cũng chịu khó lắng nghe, học hỏi; mà sao công việc mình được giao phó, nó cứ ì ạch!

Đúng vậy: Chúng tôi đã được học, được nghe những điều "Cao-siêu" to tát.

Chúng tôi cũng đã nhiều lần được ngồi với nhau trao đổi một số điều "Khá-To-Tát".

Chúng tôi cũng đã được phép nói đôi lời "Hơi-To-Tát"...

... Nhưng sự cảm thông càng ngày càng giảm, sự thuyết phục càng lúc càng xa... (chắc chắn sẽ có nhiều Anh Chị không công nhận điều nầy. Nếu thế: thật là hạnh phúc cho các Anh Chị đó). Và chuyện tôi nói đây chỉ là "chuyện-nhỏ"... nhưng tôi cũng "cứ xin" được trình bày, để mong cho nó... một ngày nào đó khỏi trở thành chuyện to!

Tóm lại, ở bài viết nầy chúng tôi chỉ "lùng sục" xét lại những "chuyện-Nhỏ" - tìm một hạt cát (trong nhiều hạt cát) có thể cũng không tự nhặt được - (trong chiếc hài bảy dặm).

Chuyện chúng tôi trình bày chỉ là chuyện đứng ở một góc, nhưng chúng tôi muốn được trải ra, tỉ mỉ một chút. Xin các Anh Chị Em đừng vì tiếc thời gian mà cứ... lướt, lướt qua hay thúc giục. Xin cám ơn trước!

Kính thưa 3: (Điển hình về âm nhạc - ca hát):

Về Văn Nghệ, xin tạm thời dùng một "mẫu mã chung" đó là Ca-Nhạc, mục đích là tránh bớt mông lung: mỗi thứ một chút, mà không thưa gởi được gì tới nơi tới chốn!... Chọn Âm-nhạc vì Âm-nhạc có nhiều tương đồng với hầu hết các bộ môn Văn-Nghệ khác - đều hướng về cái HAY cái ĐẸP (nói đủ là: Chơn, Thiện, Mỹ - nếu Tu Đạo thì cũng đã ở... "mức độ" Nhân - Thiên - Thừa) còn nói về tác dụng thì Âm nhạc rất mạnh trong Giáo-dục, mà tính Huân-tập là rất cao, nó có khả năng vượt qua một số hạn chế của "ngôn ngữ khái niệm", nghĩa là nó có thể đi luôn qua ranh giới của kinh nghiệm, hiểu biết (qua mặt anh Ý Thức) chạy... tọt luôn vào tiềm thức, đọng lại ở A-Lại-Da-Thức, để rồi... bổng dưng (!) ta tưởng... Ta là thế nầy, Ta là thế nọ (Đó là cái NGHE, cái THẤY, cái THÍCH hiện tại "của Ta" - thông thường hay đặt tên nó là "năng khiếu"). Do Âm-nhạc có được sức mạnh đó mà công việc Giáo dục Khai Phóng, hay Nhồi Sọ đều biết trọng dụng Âm-nhạc.

Về hình thức: Âm-Nhạc có từ Đại-quy-mô đến "Đại đơn giản" (Giao-hưởng, nhạc kịch, đại-hợp-xướng, hay ngồi trong xó, trên lưng trâu, nằm ở giường đều... thực hành Âm-nhạc được). Nó dễ tánh như thế, nên bạn bè văn nghệ đều không quên nó, mà luôn luôn nhờ nó tiếp tay, như: Ca, múa, kịch nghệ, sân khấu; cho đến Triển lãm, thể thao, chí đến... đánh nhau nó cũng kích động xúi giục, bằng kèn thúc quân, trống trận, hay "làm oải địch thủ: như tiếng sáo Trương-Lương... ngay tận chỗ cần... yên lặng nó cũng ló mặt: Đền Chùa, Đình Miểu, Nhà thờ... đã thế nó còn dẫn dắt thêm Trống, chiêng, chuông, mõ... (Tiết tấu là yếu tố quan trọng của Âm-nhạc, nó có trước giai điệu)...

Vài khía cạnh Văn-Nghệ (hay Âm-nhạc) mà chúng tôi trình bày sau đây: không thuần chất là phân tách lý luận, nên chắc không thể thỏa mãn được cái cung cách phân minh của giới trí thức, nhiều chỗ tôi nghiêng về "cảm tính" nói "ngôn-ngữ-tình cảm" bởi vì nghĩ: không thể "chỉ" dùng cái trí hiểu biết, chẻ nhỏ một bông-hoa ra, xong "cộng" các thứ hiểu biết nẩy lại, mà gọi đó là: Tôi đã "sáng suốt"... thường thúc tận cùng (gốc, rễ) khi ngắm nhìn một bông hoa! Hay có Anh Chị nói với các Em: "Cái nẩy gọi là Hoa à? Cái nẩy gọi là rác chứ"... Thật là rất đúng, nhưng mà chẳng... trúng vào đâu cả!

Chúng tôi nghĩ: Người Huynh-trưởng có 2 mục tiêu để TINH - TẤN.

Về Bản thân Tu-Học: thì có thể tự chọn bất cứ một Pháp môn nào, hay Anh-Chị đó cũng có thể đã... qua những "Hóa thành chứng đắt" (mà Anh Chị ấy tự biết).

Về Trách nhiệm dìu dắt các Em: Anh Chị đó phải ở trên con đường Đại-Thừa-Phật-Giáo, Đi từng bước một (Đồng-Hành), nâng cao lên lần - từ chỗ đứng của các em (không được chạy trước). Nói năng trong phạm vi "Nhơn, Thiên Thừa" DỖ nhiều hơn

DẠY, Tạm quên chỗ đứng của mình. Có thế, khi dẫn các Em "Đi Picnic"... qua cầu, lội suối, băng sông, sẽ không có Em nào bị chết đuối... đừng để... xong rồi, lúc tan hàng mới sực nhớ: "Té ra là chỉ có các Anh-Chị lớn là biết bơi".

Những điều thưa-gởi, cũng đã 3 lần, "Tóm-gọn" cũng đã nhiều lần! Nghe ít thì cũng dzui-dzui, nghĩ lại... chẳng ra gì (tự mình viết mà cũng thấy CHÁN-NGẮT)! Vậy xin từ đây được bắt đầu và chỉ xoay quanh 1 chữ: THÍCH - làm sao cho các Em THÍCH mà đến với chúng ta, rồi từ cốt lõi nầy mở rộng ra: thích nghi với hoàn cảnh xã hội, trình độ tri thức, tập quán văn hóa, phong tục mà hiện nay đã có nhiều xáo trộn đổi thay (vì đối tượng của chúng ta bây giờ là Tuổi-trẻ-Hiện-đại - không phải Tuổi-trẻ-chúng ta Ngày-Xưa). Vì vậy các phần sau, không tóm lại được, để tránh kiểu cỡi ngựa xem hoa.

Các CÂU HỎI bắt chuyện DÂY DƯA!

THÍCH: Xin bắt đầu bằng chữ "THÍCH": nếu chúng ta không mon men đến gần được chữ nầy nhiều hay ít thì coi như Văn-Nghệ... hết việc làm! (Thích và Không-thích chỉ là 1).

Chữ nầy có nhiều tầm cỡ lớn nhỏ, với ảnh hưởng dọc ngang thay đổi xoèn xoẹt - từ tập thể hội đoàn, đến quốc gia dân tộc, nhân loại v.v... Như vậy Văn-Nghệ phải đặt được chữ "Thích-của-Mình" vào một trong những tầm cỡ nêu trên. Nhưng muốn đạt được chỗ đứng dù nhỏ, dù to đó: Văn-Nghệ phải có sắc thái đặc trưng (kiểu như có nhãn hiệu cầu chứng - rồi thời gian mới tiếp tay chúng ta trong công việc nầy). Nếu không làm được điều đó, thì nhất định Văn-Nghệ sẽ chẳng phát triển, nó lần hồi teo tắt - như hiện trạng Văn-Nghệ của chúng ta: tuy có vốn nhưng thiếu đầu tư... Bởi vì do - do - do (!)... thế là Văn-Nghệ chết, hay bị đồng-hóa, triệt tiêu trong một nền văn hóa có nhiều ưu thế vật chất hơn! Rồi khi Văn-Nghệ chết chắc chắn sẽ có lắm cái buồn mà... chết theo!

Cụ-thể: Các Anh Chị Huynh-trưởng ngày xưa đã làm tốt Văn-Nghệ GĐPTVN, lý do:Bản thân các Anh Chị là nghệ-sỹ có tầm cỡ "Quốc gia" (đôi ba người sau nầy còn vượt xa hơn), trong lúc tổ chức GĐPTVN đang ở địa bàn hẹp hơn: (mạnh ở Miền Trung, một số tỉnh ở Miền Nam, lơ thơ Miền Bắc)... riêng các bài ca sinh-hoạt GĐPT ngày ấy là một sự Thích-thú-lớn-lao: đáp ứng được cái mới mẻ, hăng say, nhiệt tình và được bắt nguồn, thúc đẩy từ những "giai điệu thật sự Mới": trong sáng nồng nàn, các "Nhịp điệu cũng Mới": rộn rã kêu gọi sự vươn lên của tuổi trẻ trong cả nước... đồng lúc các Anh Chị đó đi sâu vào âm hưởng Phật-giáo, dân tộc, gần gũi với từng nơi chốn đang phát triển (nên có phần nặng về Dân ca miền Trung hơn). Như vậy trên lãnh vực Văn-Nghệ các Anh Chị của chúng ta đã làm tròn, làm tốt "Đường-Hướng Văn-Nghệ GĐPTVN" với sắc thái đặc trưng trên các tiêu chuẩn: Phật-Giáo, Dân tộc, Tuổi-trẻ-Hiện-Đại (Hiện đại lúc bấy giờ). Vì nghĩ như vậy nên chúng tôi có chút... "hơi rườm rà": cố hiểu cho được những tiêu chuẩn nầy nằm ở đâu - trong các yếu tố cấu thành Âm-Nhạc để tránh những khẩu hiệu chung chung trong Văn-Nghệ mà lâu nay ai cũng thuộc. Tại sao lại phải "Mệt vậy". Dạ tại vì:

Tuy chưa rầm rộ lắm nhưng tổ chức GĐPTVN hiện nay không chỉ ở phạm vi trong nước, mà đã mở rộng ra trên nhiều châu lục.

Nếu thế thì người làm Văn-Nghệ GĐPT hiện nay phải có tầm cỡ... quốc tế à! (khôi hài... vừa vừa chớ anh bạn, còn phần anh bạn thì... hì hì hì...).

Kính thưa... Xin đừng bắt bẻ!... Theo tôi, lâu nay chúng ta vẫn "Làm" đó thôi! (nhưng ở Nội Điển là chính - Chưa được thấy "làm" ở Văn-Nghệ). Này nhé:

Chúng ta TU là "Làm Phật" (vì sợ chữ nghĩa nên nói là theo Phật), chúng ta Hành hạnh Bồ-Tát.

Chúng ta nói thường xuyên lời chư Thầy, chư Tổ, mà chắc chẳng ai nghĩ mình là Phật, là Bồ-tát, là Tổ cả (mặc dù Phật có cho phép và Tổ luôn nhắc nhở). Hơn nữa chúng ta là một tập thể, một Tăng-thân: chúng ta có chỗ nương tựa và nương tựa nhau để Đồng-Hành và hòa nhập.

Khi tổ chức mở rộng, Ban Hướng-Dẫn mở rộng, các Huynh-trưởng ở từng vị trí của mình cũng phải mở rộng: trước tiên là cái nhìn tổng quát về địa bàn của mình từ đó mới có kế hoạch đúng, khả thi, bền lâu vừa bảo vệ, vừa gieo trồng mầm xanh cho mảnh đất "tầm cỡ" đó... nếu chúng ta làm không xuể, thì ngồi lại với nhau đặt kế hoạch 5 năm, 10 năm, 100 năm cho Đàn Em làm tiếp - chúng ta đừng sợ hoặc bắt các Em phải "dứt khoát" làm thế nầy hay thế kia. Vì lúc đó chúng ta đã... cũ mèm rồi! Nếu hiểu như thế: đó là tinh thần Kế-thừa, nghĩa là chúng ta chỉ cần một sự chuẩn bị mở ra, đừng bít lối của các Em... chắc chắn các Em sẽ làm tốt hơn ta... hãy vỗ tay trân trọng, tin tưởng để đón chờ và chúc mừng các Em ngay từ bây giờ: "Con hơn cha là nhà có phúc". Xin nói nhỏ, đừng lấy cớ là phiền phức: "cái nầy sinh thì cái kia sinh" Tôi chỉ cần một cái "cốc", hay một bàn thờ Phật ở nhà ... là đủ!

Chúng ta, những người "đã lỡ" làm Huynh-trưởng, đã nhận trách nhiệm rồi, nếu cảm thấy khó khăn (ở vị trí của mình) thì phải cố học, học ở mọi nơi, mọi phía - mà muốn học thật sự thì phải tìm, nhận ra cái yếu, cái sai (không phải cứ Y như thế mà học).

Vậy khi thấy rõ ràng là các em CHƯA-THÍCH, thì ta phải hỏi, phải đến gần và xem xét "cái THÍCH" của các em: cái gì Hay, cái gì chưa Hay, rồi dựa vào "Con Đường Tám Đúng" (Bát-Chánh-Đạo) mà giúp đỡ các em đó - chủ yếu: vì thương các Em của mình. mà Chúng ta sẽ: "Gai cùng chông - mình coi thường" - chẳng lẽ: mưa cùng sương mình lại... hơi sờn sờn... hay sao!

Giờ, xin hỏi tiếp theo: "Tại sao Em KHÔNG THÍCH" - không thích cái nầy, nhưng "Tại sao lại THÍCH" cái kia? (Thích nhiều hay ít, theo xu hướng nào? Trong phạm vi nào? Lại là một vấn đề)!

Tại vì: "HAY - HAY QUÁ!" (hoặc DỞ - DỞ QUÁ)!

HAY (ĐẸP).

Tại sao HAY, hoặc do đâu KHÔNG-HAY?

Từ cổ chí kim, "nhân-loại" đều nói ngắn gọn, nhưng muốn hiểu cái từ trên, thì không ngắn gọn được! Vì chẳng ở đâu có sự "nhất trí" nhưng... riêng Anh Chị Em chúng ta có thể nói chuyện đó với nhau được chứ? Tôi tin là Được, bởi chính chúng ta đã tự nguyện đặt mình vào chung một hoàn cảnh, một ước ao, trên một vị trí, cùng một Hướng nhìn, chúng ta phải Chịu khó lắng nghe nhau, tìm ra, cảm thông và TINH-TẤN mà Đồng-hành (tôi lại hơi rườm rà, nhưng thiếu những điều trên thì: Ông nói gà, Bà nghe vịt ngay!

Vậy HAY là nội lực của Văn-Nghệ. Ta tìm hiểu xem "Thông thường, thì cái nội lực nẩy ở đâu mà tới?

Tiên khởi: Nghe-Được (nhận ra) cái gì là do trong lòng ta đã có sẵn "hình ảnh" về cái đó - cả đến ngôn ngữ, tưởng như cụ thể, cũng thế: Khi người Nói và người Nghe không có chung một khái niệm, thì Nói chỉ còn là một âm thanh vang lên mà thôi! (Âm thanh chưa phải là Âm nhạc) Trái lại khi "La lên" (hay tiếng động đó) mà có được sự ch đợi sẵn, thì "Tiếng-La" đó sẽ được người Nghe "Nhận" - nếu thỏa mãn thì khen HAY! Không có sự chờ đợi đó: Dở!

Sự chờ đợi lại còn do Ý-Chí, hay do "Tình-cảm-bản năng" - mà có sự thiêng trọng về "Nội-dung" hay dừng lại nơi "hình-thức"... Như vậy: từ Nói (hát, diễn, xem...) đến Nhận không bao giờ trọn vẹn, Hoặc bớt, hoặc nhân lên nhiều lần (Văn-Nghệ-thị-trường chú trọng điều nầy: Tạo thị-hiếu rồi... Hùa theo).

Vậy đáp ứng cho được "cái có sẵn" nầy; bao nhiêu phần trăm là truyền thống? Bao nhiêu phần trăm là thị hiếu? (thường gọi là: thói quen). Và Giáo-Dục là: Bồi dưỡng cái HAY, chuyển đổi cái CHƯA HAY - theo 1 lập trường nào đó. Cụ thể: cách Giáo-Dục của GĐPT là: Huấn luyện cái Thức thứ 6 (Ý-thức) để anh nầy dìu dắt 5 em (tiền ngũ thức: Mắt, Tai, Mũi, Lưỡi, Thân) vốn là rất ngây thơ-vô tội.. Ai cũng biết giáo dục cho được "Anh Ý" nầy thật quá khó. Anh ta lanh lợi, khôn ngoan số 1, mà che đậy, bào chữa, chê khen, phe phái cũng số Dzách (Ta và của Ta). Làm sao nói chuyện với Anh nầy?

Đem lời Phật dạy, Anh thưa: Cao quá!

Dùng lời Tổ truyền, Anh bảo: Khó quá!

Nói lời Anh Chị Em bên cạnh nhắc nhở, Anh nói: Xưa quá! Quê quá! Biết rồi, nói mãi!!!

À thôi! Tạm thời chúng ta không "lý luận" với cái anh chàng nầy nữa, cho dù anh ta có từ chối với thái độ nhạo báng, chúng ta cũng không thể bỏ bê anh ta, chúng ta không ngán bởi biết anh ta có 1 yếu điểm:

đó lá CÁI THÍCH của anh ta, (cái mà anh ta cho là HAY). Chúng ta sẽ làm quen, tiếp cận "cái Hay" nầy, rồi anh ta sẽ vui vẻ hiểu về cái Quê, hiểu về cái Xã, dần dà không còn cảm thấy KHÓ (đôi khi phải mặc Áo ĐỎ để nói về Màu XANH)! Phần chúng ta cũng đừng Ỷ y, đừng vội chủ quan khi thấy anh chàng quay về. Hay Anh ta không còn kêu KHÓ nữa, Hãy coi chừng: Thời gian sẽ làm ảnh lớn lên, Ảnh lại ra đi vì QUÁ DỄ, nên QUÁ CHÁN! (Chỉ Đến rồi Đi)!

Muốn DẠY cái "Anh ngoài ta" lâu dài, thì phải Giáo-dục, thuyết phục được cái "Ảnh trong Ta"... vâng! Cứ thế, Cứ thế cầm tay nhau mà đi.

Công việc của người Huynh-trưởng... chỉ có thế: Thuyết phục "Anh Sáu" (Ý-thức), Anh Sáu sẽ khuyên lơn, chuyển hóa "Anh Bảy" (Mạt-Na-thức), Anh Bảy linh động dìu dắt 5 Em (Mắt, Tai, Mũi, Lưỡi, Thân) Nhờ đó "Anh Tám" (A-Lại-Da-Thức) sẽ vui vẻ mở kho Gia-Bảo cất giấu bấy lâu, cho các em của mình vào chùi rửa những thứ mốc meo, ô nhiễm độc hại; chọn lọc thu gom gìn giữ những gì quí giá, chứa trữ thêm những mầm mống mới tươi tốt; chẳng những cho bây giờ mà cho cả mai sau.

Lê la với Anh Sáu được rồi... Bây giờ Anh Sáu "NÓI THẬT": Ảnh GẶP KHÓ ở mọi phía, nhưng "Do

Đâu" thì... hình như Ảnh cũng chả biết!

KHÓ: Này nhé! (lấy ví dụ từ 1 bài Hát) xin kể từ cái lớn đến cái nhỏ (Nội dung, hình thức, tạm thời gộp chung hết với nhau cho nó đỡ dài dòng).

Câu Anh Sáu hỏi: "Trong một bài Hát đạt tiêu chuẩn Văn-Nghệ GĐPT, cái Âm điệu nào là "Nhạc Phật Giáo", cái "Nốt nào" là Dân-tộc? Chỉ có tiêu chuẩn "Tuổi-trẻ hiện đại" là Anh... mơ hồ tạm giải thích như sau: Cái Ầm ĩ, Giật gân là... tuổi trẻ hiện đại(!).

Anh được mắng là... kém quá:

"Cứ có Phật, Pháp, Tăng, Bồ tát, chùa chiềng, tà áo Lam là Phật-giáo và GĐPT"!

"Cứ đàn cò, đàn bầu là... Dân tộc"!

"Cứ sắm máy móc, nhạc cụ điện tử nhiều vào là... Hiện đại"!

"Cứ Xung phong, tiến lên! Không màng nguy khó là... tuổi trẻ" (!)

Anh Sáu thắc mắc: Như vậy Phật giáo, dân tộc... chỉ có "Lời" - đâu có "Nhạc"? (chưa nói phần lời đôi khi cầu khẩn vang xin quá độ! Nói đến Vô-thường, khổ đau bằng giọng điệu nức nở, bế tắc, tuyệt vọng...

thì có đúng Ý Phật không? Nếu thế, Anh Sáu để nghị: lấy những bản nhạc nổi tiếng của Thiên-Chúa-giáo đã "Đi và Đời" của họ (Mừng năm mới, mừng Giáng sinh, chúc Đám cưới, vui Sinh nhật, rồi đám chết... không thiếu một thứ gì) mà đặt lời vào. Còn nếu thích trẻ trung và hiện đại hơn thì chúng ta sử dụng ngay những bài kích động, nhạc thời trang loại "Top hit" đặt lời Phật, Pháp, Tăng, Áo LAM vào là Thanh, Thiếu niên thích ngay (lâu nay các tham luận quá nặng về "nội dung lời", nếu có nói chút nào về Nhạc thì lại mang xu hướng áp đặt nguyên-xi nhạc cổ truyền thống! Trong khi ai cũng nói, thuộc bài như cháo: "làm sao có được 2 lần tắm - trên 1 dòng sông - để ngậm ngùi! "(ca khúc: Mỉm nụ cười tươi đủ Ngỡ-ngàng của Thiền viện Viên-Chiếu).

Tiến thêm bước nữa, Anh Sáu lại hỏi: Đặt lời Việt làm gì? Khi: ngay trong nước học tiếng Việt cũng đang thành... không thực tế (cho cuộc sống vật chất) còn ở nước ngoài, các Em đã phải xa lạ rất nhiều, Không cơ hội giao tiếp thường xuyên, không có động cơ mạnh thúc đẩy để học. Nên "KHÓ QUÁ" là cái chắc! Một số đã cảm thấy cầm muỗng nĩa dễ hơn cầm đũa... thật ra thì Anh Sáu không dám nói quyết; cái nào cầm sẽ DỄ hơn, vì với con người quá sức "thực tế", người ta sẽ hỏi: Gắp cái gì mà phải cầm đũa kia chứ? "Anh" đưa 1 lô, 1 lốc các thứ hay đẹp của Quê-Hương, của truyền thống ra nói. Nhưng (lại nhưng) những suy nghĩ đó là của người Già, người đã... dừng lại! Còn Người "đang đi" chỉ cần các tiêu chuẩn: Cuộc sống phải "khấm-khá", phải "Tăng lương"! Đừng trách, hay lên án những người thực tế nẩy: họ rất dễ thương, rất đứng đắn, có trình độ và Vô-tư, chân thật, có gì nói nấy: Cái Ông Quê-hương, Dân-tộc, Tổ-quốc... mặt mũi ra làm sao? Đẹp trai cỡ nào? Mà người lớn cứ gào lên như thế! Thật là... lẩm cẩm, hết sức... tội nghiệp! (Tội nghiệp chung chung - cũng chẳng biết ai đáng tội nghiệp). Thì ra Một cái KHÓ LỚN nữa là đã "Mất LiÊN-LẠC" nên Khó nhận ra các giá trị Phi-Vật Chất của truyền thống Ông-Cha! Nền Giáo dục nào cũng mang tính truyền thống, Truyền thống như một nhịp cầu bắt từ quá khứ đến tương lai chứ không phải bắt tương lai mang nặng mọi cái thuộc về dĩ vãng! Không có được nhịp cầu nẩy thì "ngôn ngữ" (dù có nghe, có nói sành sỏi đi nữa) chắc chắn không còn "chính xác", không truyền cảm (về Ý, về tình) được bao nhiêu! Nói Tiếng Việt còn bị vậy, mà lúc "lên lớp", có nhiều vị nói một loạt chữ Nho, chữ Hán mà chẳng cần giải thích, hay giải thích bằng cách dây-dưa... bác-học cố chứng minh sự hiểu biết của mình còn "cao siêu" hơn nữa! Tôi có đọc được 1 chuyện ngắn thú vị vô cùng: ... Một chú điệu ngồi nghe giảng kinh, buồn ngủ quá; trốn ra sau vườn hái trộm mấy trái đào... Bẻ đào ra trong đó có 2 con kiến, và nghe được câu chuyện như sau: Em nghe trong KINH có nói: Thế giới Ta bà nầy có một sinh vật lớn hơn giống Kiến chúng ta gấp vạn, triệu lần, sinh vật đó có tên là "Người", Em thấy KHÓ hiểu quá! Kiến sư huynh trả lời: Đúng vậy! Ngoài giống Người, còn có nhiều giống khác như: Trâu, Bò, Dê, Ngựa... vô số kể. Rồi Sư huynh Kiến trình bày rất tỉ mỉ, giảng rất sâu rộng về chiều cao, chiều dài, tay chân mặt mũi, các giống ấy sinh sống ra sao, ăn uống gì... Tu bao nhiêu kiếp, công đức thế nào mới được làm Người v..v.. Thật là đúng sách vở vô cùng, nhưng cũng thật tội nghiệp cho Kiến-Em vô cùng!

Ngoài cái KHÓ vì ngôn ngữ không làm tròn chức năng, (cầu lớn để nối, để dẫn cũng không, cầu tre lắc lẻo cũng không) các môn học "chính-phụ" chênh lệch, khoảng cách quá xa như trời với đất (nhất là môn Văn-Nghệ lúc nào cũng "không thể thiếu") mà có bao giờ được học! Chỉ có Hát chơi! Thì khi có cái gì... "KHÁC CÁI CŨ" đưa ra mà không bị "KHÓ". Có nên cải tiến phát triển hay cứ: "Như cũ mà Hát chơi". Xin nói nhỏ: Đừng đinh ninh là "như cũ" (Hồi xửa... hồi xưa hát những bài KHÓ hơn bây giờ nhiều: những bài: Hướng Phật Đài, Quãng đường Mai, Chào mừng đón Đản sanh... ngay đến bài Xây đựng gia đình với những nốt mang biến cung, hay Ba má ơi cho con đến với Gia đình, đâu phải là bài dễ, bài Trầm Hương Đốt cũng đâu phải ngắn và dễ!) Chúng ta đang tiến bộ hay thoái bộ? Ở trong nước cũng thế, đừng đổ cho các em không nói sành tiếng Việt (tôi sẽ nói thêm ở phần sau: "Các lớp học ngoại ngữ qua hát ca"). Thế, Hát không được, liệu đàn có trúng không (chỉ nói trúng nốt thôi, chưa dây dưa chuyện gì khác). Bây giờ chắc lại đổ tội: thiếu "Nhạc cụ", nghèo quá, không sắm nổi cây đàn - như ngày xưa (!). Nếu cứ nói tiếp tục kiểu nầy, thế nào cũng "đẻ" thêm ra "cái tên Thiếu thì giờ"!!!

Mà quả đúng, chúng ta thiếu thì giờ để nghe mãi những điều to tát, những điều to tát cứ núp bóng nhau, nắm tay nhau thành một vòng tròn kín bưng không... kẽ hở!

Theo "phân công": Văn-Nghệ để hỗ trợ cho 3 bộ môn mà Phật-Pháp là hàng đầu. Nhưng xin xem lại coi: "hỗ trợ" làm sao được (cho dù chỉ hạn hẹp: làm trò giải trí không thôi-cũng không xong). "Vì khi cái trí đã mở, thì cái CHƠI cũng khó dùng bản cũ sao lại". Đây là nói về chương trình nâng cao: Chương trình học Phật-Pháp của GĐPT đã được soạn thảo đầy đủ và rất cao cho các ngành Oanh, Thiếu, Thanh và các cấp Huynh trưởng. Cao đến "phát sợ", nếu Tri-Hành hợp nhất thì các bài học ở bậc Trung-Thiện, Chánh-Thiện là đủ... ngất ngư con tàu đi rồi. Còn hàng Huynh trưởng thì KIÊN: 1 năm, TRÌ: 2 năm, ĐỊNH: 3 năm, LỰC: 5 năm. Thêm các trại Lộc-Uyển, A-Dục, Huyền-Trang, Vạn-Hạnh... đều có thi cử, sát hạch, có luận án, luận văn đậu hỏng từng học kỳ (ở đây nêu lên không có ý là nên bớt Học, mà chỉ rõ sự "ganh-tị" vì mấy mươi năm rồi (!) GĐPT chẳng Chịu dạy dỗ gì cho Văn-Nghệ cả - ngoài đôi ba trang về đường hướng - còn phương tiện để đi vào Văn-Nghệ của ngày hôm nay thì hình như quá lệch lạc, xộc xệch, mòn mỏi... khó về được đúng hướng, mà chưa ai quan tâm thay 1 con vít, xiết lại cái bù-lon, cạo chút sét rỉ... mà cứ thế, tiến nhanh, tiến mạnh, tiến vững chắc. Hòa nhập với thời đại... Nói vậy chắc có người bực mình, lại sẽ cãi: Trong chương trình GĐPT có Nhạc lý, có Ký xướng âm, có "điều khiển" 1 tốp hát, có "sử dụng 1 nhạc khí"... đàng hoàng! "Vâng! Đúng! Có! Có hết"! Thế mà có ai được "học-hơi-đàng-hoàng" các môn ấy trong GĐPT chưa? (đâu phải tại các Trưởng trẻ và các Đoàn sinh: bài vở, chương trình cụ thể đâu mà dạy? Chưa nói là ngành nào cũng bắt đầu "Học Văn-Nghệ" bằng: Đồ, Rê, Mi, Fa, Sol, La, Si... xong chưa kịp nhận ra mặt

nốt thì đã... thôi)... thôi mà! Môn Phụ thì đại khái!
Tôi thấy "Đại khái" cũng... sai vì nếu các nốt nhạc
được xem là các mẫu chữ cái mà đọc theo kiểu thang
âm điều hòa của Tây-phương thì chẳng khác gì khi
dạy học: đọc viết a, b, c, theo Âm giọng tiếng Anh,
hay tiếng Pháp, làm sao tránh khỏi trở ngại về sau
nầy - lúc dạy con em chúng ta đánh vần tiếng Việt,
hát dân ca hay ngâm Kiều Nguyễn-Du được?... Đừng
trách lúc đó các em sẽ la lên: đã khó hiểu mà đọc
cũng không ra... Cái Ông Nguyễn-Du sao mà... dở
quá! Chúng ta quên rằng "các ông Tây" khi đem mẫu
tự La-tinh dạy dân ta viết đọc "chữ Quốc-ngữ" để
thay chữ Hán, chữ Nôm. "Các Ổng" cũng phải "chế
ra" 'một kiểu đọc khác tạm thích hợp với Âm "An-
Nam" chú đọc theo "Âm-Mẫu-quốc" thì làm sao
đánh vần được tiếng Việt, chắc chắn sẽ bị Chê mà
thất bại! Chỗ nầy có một Bài-Học-Lớn: "Dạy DÂN-
NÔ-LỆ mà còn phải vậy" Huống hồ... ! (Về Ký-
xướng-âm và Nhạc-lý, tôi có "gồng-mình" viết 3 tập
sách: VĂN, TƯ, TU. Cố nhiên là trong sinh hoạt
GĐPT - Mới in ra được cuốn VĂN (1) nhưng đã
chết mòn vì không ai biết - có lẽ tại dở quá!... Qua
mục 4: bàn về chuyện Học tôi sẽ lại xin trình bày
thêm đôi điều. Còn bây giờ phải trở lại với chữ KHÓ
để tránh lang bang)... Thần kinh "Anh Sáu" cứ tụt
dốc, suy nhược dần sau nhiều lần hoang mang, đụng

phải những cái KHÓ HIỂU. Nhưng "Ảnh" thật sự ngã gục vì câu chuyện sau đây: Trong 1 buổi Lễ có Văn-Nghệ cúngdường nhân ngày Hiếu Truyền-thống của GĐPT, nhằm vào Lễ hội Vu-Lan. Với nỗi nhớ Mẹ, Cha xót xa trong lòng, Anh Sáu mượn nhạc, mượn thơ của 1 bài ca GĐPT để Hát lên Công ơn cao dày, với cả nước mắt chân thành, Anh Sáu hướng lên Tam-Bảo để cúng đường Mẹ-Cha. Và Anh Sáu cảm thấy nhẹ nhàng sung sướng vì tìm ra chỗ tựa cho niềm tin, rồi còn được Anh-Chị-Em Áo-Lam chia sẻ. Nhưng ngay sau đó Anh Sáu choáng váng vì nghe một câu "Phán": Cái tụi GĐPT tổ chức Văn-Nghệ gì, mà suốt cả chương trình không mời được 1 cô ca sỹ nào lên "trình diễn"... Từ đó Anh Sáu hết nhuệ khí và thắc mắc mãi: Cúng dường Tam-Bảo, thưa gởi với Mẹ-Cha, bộc lộ tình cảm cùng Anh-Chị-Em, Hò Hát vui trong tập thể, với bè bạn... mà giọng không hay, thiếu ve vuốt ngọt ngào (!) thì cũng nên... kiếm chuyện khác mà làm! Thế lúc con nhớ Mẹ, muốn gọi "Mẹ ơi" cũng phải nhờ ca-nhạc-sỹ gọi dùm?! Mẹ mới thích chăng? (giọng không "tròn vành rõ chữ" là Mẹ nghe không dzô?! Còn những bài kiểu "nào chúng mình ra quay một vòng hát mà chơi" đâu có ca sỹ nào Chịu hát cho mình thâu âm mà phổ biến! Họ nói họ chỉ thích những bài "Tình cảm" (Thật tình Ảnh không hiểu Tình-cảm là... là sao?) Rồi cũng xin dự liệu trước: liệu nhạc GĐPT xét Hay, Dở theo tiêu-chuẩn sân khấu (theo cung cách Hiện tại) nó có tuyệt vời hơn để Giáo-dục không? Anh Sáu... quê quê nghĩ rằng: Môi trường "Ấp ủ" Văn-Nghệ GĐPT là Điện Phật, là sân Chùa, là trên đồi, ven suối, dưới nắng, dưới mưa, bên lều, trong đêm lửa trại... nhưng buồn thay, nhiều người hôm nay đã lấy theo mẫu "ăn-khách" từng thời kỳ của Văn-Nghệ đời thường để đánh giá, sau đó còn dẫn đường cho Văn nghệ GĐPT... noi theo! (Anh-Chị-Em ta ai cũng thấy vô lý. nhưng nó đã "Hữu-Lý" hồi nào không hay!). Từ đó Anh Sáu bị kinh niên nhức đầu vì bệnh KHÓ, nhìn đâu cũng KHÓ! Hoảng hốt vì KHÓ! Dị ứng vì KHÓ! (dùng đủ chữ thì gọi là KHÓ-THOÁT!)... Đôi lúc hối tiếc ngày qua: Anh Sáu (ý-thức) tự trách mình "Sao không nương theo cái anh bạn BẢN-NĂNG cho nó dễ, thế là Anh-ta mon men gần gũi với anh Bản-năng và cuối cùng tuyên bố: Làm Phật-Tử TU theo Phật: KHÓ QUÁ! cái gì cũng "Tự" - mặc dù chữ "TỰ" nầy rất hợp với trí-thức (không lệ thuộc), với Tuổi trẻ (muốn tự lập) nhưng làm sao để "Tự" thì lại mâu thuẫn và cũng... Lệ thuộc quá! Chi bằng tìm một Ông Thượng-Đế nào đó mà Qui-y cho chắc ăn, chỉ cần Tin-Ổng (không cần suy nghĩ) và biết cầu nguyện là sẽ lên... Thiên-Đàng... OK! Thế là "Chơn-

Lý" hình như đang... Hé mở (!) và... Ôi thôi...

Học: Mục tiêu chính về Văn-Nghệ GĐPTVN hiện nay có 2 mảng lớn cần được chú ý và tiến hành song song: đó là Bắt cầu từ Truyền thống và tìm Phương pháp Hòa nhập vào nền văn-hóa, văn-nghệ mới đang có xu hướng Quốc-tế-hóa (mà đi nhanh nhất có lẽ là Phong trào Nhạc-nhẹ, Nhạc-trẻ hiện nay).

Học Văn-Nghệ không hoàn toàn giống các môn học Trí thức khác ở trường học, vì người ta cho là phải bắt đầu từ năng khiếu (riêng tôi nghĩ: Ở trình độ phổ thông thì nghệ thuật cũng như các môn học khác (văn, toán, lịch sử v.v...) chả cần phải hỏi có năng khiếu hay không mới học được! (Nếu Văn-Nghệ GĐPT chỉ học trong phạm vi nầy thôi, thì chớ nên đổ tội: là thiếu năng khiếu mà không Chịu học (hay dạy không kết quả vì các em thiếu năng khiếu): thế thì chỉ "chơi" như lâu nay thôi!) Học Văn-Nghệ tuy nhuốm mùi vị Đạo nhưng phải gần gũi trong "Mọi-sinh-hoạt-đời-thường" - vì tuổi trẻ GĐPT đến học Đạo ở Chùa để có "Công-lực" đem về Nhà mà chuẩn bị "Vào-Đời" chớ có phải ở luôn trong chùa được đâu? Mà vào đời thì phải nắm được "cái đà" đi của nó mới có chủ động mà đi, mà tránh né, mà dừng nghỉ... chớ có xúi dại tuổi trẻ "DỪNG ẤU", khi chưa đủ "nội lực" thì tội cho các Em quá! Các em sẽ bị cái lạnh lùng của xã hội nầy nghiền nát!

Học Văn-Nghệ GĐPT "Đạo mà không Đạo-quá", "Đời mà không Đời-quá" - theo ngôn ngữ "Sắc-Không" cao cấp thì làm sao các Em hiểu nổi (nhưng các Anh-Chị phụ trách dứt khoát phải hiểu), không chỉ mức độ lơ mơ, mà phải hiểu ngọn ngành, vì Văn nghệ "không có Đúng-Sai" - nên Đúng sai rất tùy tiện!

Ngoài Đời Văn-Nghệ khai thác tối đa các trạng thái Thất tình, Lục dục của con người. Từ đó tất cả: Hay, Dở, Thành công, Thất bại, kèm theo bạc tiền danh vọng lôi cuốn tuổi trẻ (đâu chỉ ở hải-ngoại) dần dà (dù vô tư) cũng thành quen, thành tiêu điểm, thành thước đo để đánh giá, chọn lựa.

Học Văn-Nghệ GĐPT là phải đi vào nhiều khía cạnh, để hiểu biết cái thị hiếu đó, nếu không, sẽ bị tuổi trẻ từ chối! Học để có được bản lãnh mà... "vào" không bị lấm bị vương: "Xuống sông chẳng động ba đào, Đừng toan bảo ước chéo bào Lão Tăng" (bài ca của quý sư-cô thiền-viện Viên-Chiếu, VN). Khổ nỗi là chúng ta không có đủ "Công-lực" như "Lão-Tăng" thì chúng ta phải kết nhau lại để có "Cộng-Lực" của tập thể. Thử rời nhau xem: Chết ngay!

Nói thế có lẽ đã hơi khá nặng, nhưng hình như có

người vẫn giả vờ KHÓ hiểu! Đành phải huỵch toẹt-
dù có mếch lòng đôi chút: Cái Hay và nổi tiếng ở đời
hiện nay là tìm cách vuốt ve, thỏa mãn cái tình cảm
mùi mẫn say đắm, còn trong đau khổ buồn vui thì
gào thét, hay ru ngủ, để xoa dịu những bất mãn, đẩy
tâm trạng cô đơn vào bế tắt tuyệt vọng (riêng tôi,
không biết có quá đáng không, khi nghĩ rằng: chính
cái thứ ca nhạc gào thét, kích động điên loạn núp
bóng nhạc trẻ nẩy là thủ phạm (đóng vai bạn đồng
hành) dẫn dắt từng bước của Cà phê, thuốc-lá, bia-
bọt, vốn không đến nỗi nào (ngày xưa còn được gọi
vui là tý ty văn nghệ)... dần dần bắt cầu, mở đường
cho cái bất thiện tính vốn có sẵn trong mỗi con
người... xuất hiện, mà bộ mặt hiền nhất của nó là:
nghiện ngập rượu nặng, phi, hút, chích choác xì ke
ma túy và trên con đường đó thì... một ra đi là không
trở về!

Phân tách ra như vậy chắc bây giờ ai ai cũng thấy:
Văn nghệ GĐPT là quá khó: Nếu không có sự giáo-
dục đồng bộ để chuyển hóa cái "Anh-Sáu" (ý-thức)
mà chỉ "tung lên trên trời xanh tiếng hát, Êm như ru
chiều hôm gió mát... " để vào đời hôm nay thì chính
cái (êm-như-ru) nẩy mới là "KHÓ-QUÁ" (chứ
không phải cái gì khác). Nói xuôi hoài không ra
được vấn đề, thôi thì xin đặt ngược câu hỏi lại: Nếu

Văn-Nghệ GĐPT được các đối tượng trên hoan nghênh hết mình thì... ra sao? Sau thời gian tu khổ hạnh, và trước khi Thành-Đạo, Đức THÍCH-CA đã có một thay đổi quan trọng về cách Tu (uống sữa, tắm rửa và nhìn thấy cái bình bát thả xuống sông - trôi ngược dòng). Văn-Nghệ GĐPT không theo cái bình bát nầy mà để bị cuốn trôi trong dòng nước hay sao? Nhưng bơi ngược lại thì có học, có tập bơi hồi nào đâu? Trong lúc dòng chảy đang chuyển mình thành thác lũ (Thôi thì Duyên đã hết: ở luôn... trên bờ cho nó phẻ!).

Còn lại, ai "muốn Mệt" thì xin tiếp tục lao vào. Vì không thể giả lơ cái thất tình lục dục được. Vì nó là tiếng nói tình cảm gần gũi nhất với bản năng con người: vào hay ra (giải thoát) cũng chỉ nơi mấy cái cửa đó! Văn-Nghệ sợ mà từ chối, thì ai vào các cái ngõ hẹp tình cảm đó? Còn cứ nhất định đem nhạc trời, và mưa hoa của chư thiên vào, thì không biết "Họ" có dám nhận không? Mà việc của ta là đi vào, đến gần, rồi dẫn dắt các Em cũng từ "chỗ đó" mà đi ra (Nhớ tìm đường ra nhé! Kẻo mất xác luôn).

Vậy con đường Văn-Nghệ của GĐPT ngày xưa Phật đã đặt tên là Pháp-môn (cửa vào Phật-Pháp) Tứ-như-ý-túc: mà khởi đầu là Dục-Như-Ý-Túc (ham muốn, như ý, đầy đủ). Bởi người con Phật đã hiểu: Thiện-ác, Tốt-xấu, không phải là hai, thế thì Hay-dở cũng không phải là hai, Ta phải "nắm" thì mới chuyển nó được - Đó là hình ảnh 1 ông Thầy giáo, bước vào lớp học quá ồn, không ai cần, hay để ý đến sự hiện diện của ông cả! Vậy việc phải làm trước tiên của ông là: ông đập bàn, đập ghế, đập thế nào cho nó ầm ĩ, to hơn cả tiếng ồn của lớp học... rồi có muốn nói gì thì nói sau. Nghĩa là trước mắt: phải vô hiệu hóa (mà chuyển hóa) những cái quá đáng đã trở thành ồn ào. Ví như tính Hiếu động, tính nhạy cảm, vui buồn bất chợt, kiểu tự ái Anh hùng tàu v.v... từ chỗ rất dễ bị kích động bị lôi kéo vào sa ngã, ta có thể hướng các em về với môi trường trong sáng thiện lành, rồi nhờ cái môi trường nầy mà động cơ "Muốn thích" (dục-ái) của các Em được thăng hoa, Văn-Nghệ cũng chuyển từ-nào lấn-át, sang tiếp tay: nhắc nhau TINH-TẤN, trưởng dưỡng NHẤT TÂM xây dựng cõi TỊNH. (Pháp môn Tứ-như-ý-túc: Dục, Tinh-tấn, Nhất tâm, Định).

Học Văn-Nghệ trong GĐPT thêm một lần bị làm khó nữa bởi tính xuề xòa dễ dãi từ sự hiểu lầm 1 câu ngắn-thuộc dạng "cương-lĩnh", chỉ đạo: "Văn-Nghệ GĐPT không có mục đích đào tạo nghệ-sỹ"... Rõ ràng câu nầy đâu có dụng ý bảo: hãy làm thơ không cần biết luật, hãy viết văn không cần biết chữ, hãy ca hát, nhảy múa không cần biết nhịp và nốt nhạc! Rồi Giản lược, khuyến khích cho điều trên, còn có sự hỗ trợ đắc lực của một câu nói "thời-danh": Hát hay-không bằng "Hay Hát". Hay-Hát là thường hát đâu có đồng nghĩa với Hát-sai, Hát-trật. Nhiều người cứ mượn cớ như vậy, chẳng cần học hỏi trau dồi gì về khả năng Văn-Nghệ vốn đã tự có! Thậm chí nhiều người bây giờ sáng tác phải nhờ người khác ghi dùm, (thật ra phải tán thán các Anh-Chị đó, vì sáng tác là cái khó - không thể "dạy" được thì các Anh-Chị đã hoàn thành, còn ghi lại chỉ là việc sơ đẳng - nếu dựa theo đàn mà học ghi nốt, thì chỉ 5, 3 buổi là xong). Việc tập một bài hát cũng thế, nên mỗi nơi tập mỗi khác! Tại sao không ai Chịu nhìn nhận điều nầy mà hết đổ tội cho bài hát: Mới thì KHÓ (mà cũ: thì đã tập đúng chưa?), đến đổ lỗi cho in ấn sai... Hãy nhìn lại mình, đừng đổ thừa, lắng nghe - đừng bào chữa, học hỏi bạn bè - đừng để những điều chúng ta hay kêu gọi, thường nói trở thành thuần lý thuyết!

Ở nước ngoài các Anh-Chị có đặt riêng vài câu hỏi quan trọng:

Nói tiếng Việt không được, dù vấn-đề dạy tiếng Việt thì Chùa và GĐPT nào cũng quan tâm, nhưng Phương tiện, giờ giấc, địa điểm, phép tắt đều khó thực hiện. Một số phụ huynh chưa có "nhu-cầu" cho con em, một số khác còn cảm thấy như bị phiền phức, chỉ thêm trở ngại cho sự học hành vui chơi của con em mình khi trở lại nhà trường và các nơi công cộng.

Như thế thì làm sao tập hát tiếng Việt?

- Đặt tiếng Anh vào nhạc Việt thì... Dở quá! (chỉ có lấy nhạc ngoại quốc đặt lời Việt vào mới Hay?) Chúng tôi sẽ có đôi ý kiến ở mục Thực-Hành (5).

Hành (Thực-Hành): Phần nầy có hơi dài - vì tránh chuyện "nói-suông" nên chúng tôi có thử để ra đôi chi tiết, vài phương pháp thể nghiệm trong việc tập tành. (Nên có lẽ nó chẳng còn nằm trong "lá thơ tâm sự" hay trong khuôn khổ cho phép của bài viết nầy). Từ đây, chúng tôi đi vào từng Yếu-tố đã tạo nên nền tảng của bộ môn Âm-nhạc: Nhịp (tiết tấu), Giai-điệu, Hòa-âm (theo thứ tự khám phá của con người từ thượng cổ mà hình thành). Đồng lúc mạnh dạn trình bày vài đề nghị sơ bộ: để giải quyết dần các mục 3 và 4 ở trên. Nhưng (lại nhưng) đã có vài ý kiến nói:.. Đề ra thấy cũng có cái hay, nhưng lấy đâu ra con người mới để truyền đạt cái cải tiến đó - Xin thưa: Nếu có suy nghĩ mới là thành "conngười-mới" (chớ phải đâu xa). Để, về lâu, về dài, cho Văn-Nghệ

GĐPT có thể tiếp tục theo đúng các tiêu chí Truyền-thống và Phát triển mà Hòa nhập vào xã hội mới, thì xin nhớ rằng: Mới-Nhưng phải từ ta mà Mới (cũng phải tránh xa cái tinh thần Dân-tộc, Bảo-thủ, hẹp hòi -nó thường lẫn lộn, trì kéo bước tiến) "Từ-Ta" ở đây mang ý tích cực: là cái Gốc, là vốn liếng đặc trưng phong phú, là Nội-lực vững vàn, để Hội-nhập, để chủ động-tiếp-thu (không bị nhồi nhét của ôi) thì mới chắt lọc, học hỏi được những tinh-hoa-văn-hóa thế giới..

Phần Hành nầy có đề nghị đôi cách Làm - đi ngược lại sơ đồ đã vẽ:

(Từ Học-Thực Hành) mà - Giải quyết bớt cái KHÓ - Dẫn dụ cái khó về gần với những điều vui tươi, trong sáng, linh hoạt năng nổ - chuyển nó vào cái HAY tích cực, lợi ích - Tập dẫn thành Thói-quen "THÍCH" sống trong Thiện-lành, sau đó được củng cố, nuôi dưỡng trong VĂN-NGHỆ/GĐPT (Chơn-Thiện-Mỹ) - Nào chúng mình ra quay 1 vòng hát mà chơi...

Khi Tập 1 tiết mục Văn-Nghệ: Tự kiểm tra Hát, Đàn có đúng từng độ cao, độ dài, chỗ Luyến-láy có sai với nốt viết không? Khi Hát, Múa sai có nhận ra: "sai chỗ nào?", "tại sao sai?". Phân tách rạch ròi, để các Em hiểu, rồi tập riêng khoảng nhịp đó - Phải thấy trước chỗ khó: các em có thể sai (mà lúc tập chưa sai) lưu ý, và bày cho Em cách khắc phục (để vẫn có thể tiếp tục tiết mục khi "sự cố" xảy ra - đang lúc cúng dường hay "trình diễn" - Cái loạn quạng chưa đúng đó: thường nằm ở các chỗ như sau:

Về NHỊP: Nó là điều cơ bản được ghi đơn giản nhất trên mỗi đầu bản Nhạc, là các Phân-số 2, 3, 4 . Nó đơn giản: chỉ cần 15 phút để hiểu cái Phân số trẻ con đó. Thêm 30 phút TẬP ĐẾM để phân biệt Cách: "Đếm PHÁCH", "Đếm NHỊP" cùng các hình nốt được biến thiên theo Phân-số... (thế là thực hành đúng được tất cả các loại nhịp phổ thông). Nếu ai còn Hứng thú thì xin 5 phút nữa để nói về Phách-chia-hai (binaire), Phách-chia-ba (ternaire) sau nẩy khi thực hành mới khai thác được tính cách khác nhau của mỗi thể loại... và thế là chúng ta đã nắm được "mọi thứ Nhịp trên đời". Có gì là QUÁ-KHÓ đâu! (thú thật, qua nhiều năm dạy nhạc tôi vẫn cứ ngạc nhiên: Tại sao nó đơn giản chỉ có thế, lại được ghi để nhắc nhở thường xuyên trên đầu mỗi bài nhạc mà người ta cứ QUÊN không học cẩn thận? Người dạy cũng "lướt" qua? Học nó chỉ có "Bằng cách ĐẾM" dễ vô cùng -mà không ai Chịu tập (!) để rồi sai, sai mãi cho đến... chết (tự bào chữa: không có năng khiếu!). Chỗ nầy Phật cũng có dạy: Như Hơi-Thở, như những người thân yêu-kề cận bên ta suốt cả cuộc đời mà có bao giờ ta "THẤY" họ đâu!... Khi "Thấy" rõ để sử dụng linh động các Phân-số trên, các Anh-Chị sẽ giải thoát được cho Nhạc Phật-Giáo và Nhạc GĐPTVN ra khỏi "Ách-thống-trị" của các loại tiết tấu phương Tây (với tinh thần cởi mở -không phải là không sử dụng! Mà sử dụng tùy-thích - vì ta đã có thể đặt ra các kiểu tiết tấu thích hợp với từng bài nhạc, bài hát của ta). Để thêm vui các Huynh trưởng cho các em kết hợp với học Nghe và làm quen những Pháp-Khí Phật giáo: dùng Mõ, chuông, tang, khánh, linh, trống... gõ theo các hình nốt tròn, trắng, đen, móc. Rồi dần dà tập khó hơn: mỗi Pháp-khí gõ theo 1 kiểu riêng, rồi tập kết hợp chúng lại: Tự đặt ra nhiều kiểu tiết tấu (dựa đúng vào phân số), hay bắt chước nhịp-phách lấy từ những câu tán, tụng của Quý Thầy. Nhớ Đếm đều và phân tách tiếng gõ của từng Pháp-khí đang ở vào nhịp nào, phách nào? Trong chu-kỳ tiết điệu (tập như thế, sau nầy sẽ đọc và ghi nhịp rất chính xác). Chúng ta phải bỏ cách học theo kiểu mặc-định: đen: 1, trắng: 2, tròn: 4... vì đó là cách học bít lối mà các "Ông-Tây" dạy "Dân-Ta".

Về GIAI ĐIỆU: Là Âm-điệu chính (Ca hát, ngâm

vịnh, tán tụng, hò, ru...) lên bổng, xuống trầm. Giai-điệu được ví như "Nét-Vẽ" trong hội-họa (nét tạo nên hình ảnh: Hòn núi, cành cây, con chim, cánh bướm...) Tính Phật-Giáo, hay tính dân tộc của bất cứ một đất nước nào đều nằm trong thang-âm, điệu-thức (nói chung là Âm-điệu). Yếu tố nầy, nhờ đôi nét dị biệt mà tạo nên đặc trưng của miền đây, miền kia (trong những thể loại nhạc phổ thông, thì Dân ca, dân nhạc mang nhiều nét đặc-trưng hơn cả). Ví dụ cùng một câu niệm: "Nam-Mô-A-Di-Đà Phật" mà Phật giáo Việt-Nam có Âm điệu khác người Trung-Hoa, khác Nhật-Bản, khác Tây-tạng, Thái-Lan (mặc dù cùng châu Á, huống hồ...). Lý do: Vì GIAI-ĐIỆU RU của các dân tộc trên có sự khác nhau - Theo những nhà nghiên cứu: Làn điệu RU-CON có ảnh hưởng vô cùng quan trọng-trong việc tiếp thu để truyền thừa (qua âm-điệu) tinh thần dân tộc, truyền thống.

Thế thì chúng ta phải học (chí ít là làm quen với Âm Giọng VN - nếu không may đã phải xa cách quê-hương quá sớm). Đến lúc, "Biết rồi" đem copy nguyên xi, cũng chẳng dùng cho hiện tại được. Vậy là một lần nữa phải học thêm cái hiện đại trong xã hội quanh ta. Cố nhiên điều đang nói không dành cho Đoàn-sinh, nhưng nếu nói: dành riêng cho người sáng tác, chúng tôi cũng không đồng ý! Vì chính NGƯỜI GIÁO DỤC (Hướng dẫn) mới đóng vai trò Quan-trọng nhất (do đó phải được học đầy đủ nhất) - Bởi khi giáo-dục được người nghe: "VỖ-TAY-NHƯ-CHÁNH-PHÁP" sẽ làm thay đổi toàn diện bộ mặt Văn-Nghệ, Văn-Hóa cùng với cuộc sống xã hội! Điều nầy trong đường lối Giáo-dục Văn-Nghệ GĐPT có đề ra từ lâu: là phải đào tạo "Người-Thưởng ngoạn". Vì người Thưởng-Ngoạn đúng đắn, bắt buộc người sáng tạo (nhạc-sỹ) và người diễn (ca-sỹ, kịch sỹ, múa sỹ) phải đứng đắn!

Rõ ràng: lâu nay công tác hướng dẫn Văn-Nghệ trong GĐPT không được đào tạo nghiêm túc (cả 3 mặt: sáng tác, biểu diễn, thưởng ngoạn) như các bộ môn khác (dù ít hay nhiều). Chỉ khi cần, lên diễn đàn nói thuộc 1 câu đường lối (mà trong tài liệu Văn-Nghệ không quá 1 trang, in tới in lui ở các chương trình học của Bậc, của Trại, và của Ngành. Thật ra thì những nét lớn đến bây giờ là vẫn còn đúng - Đúng, nhưng lúc triển khai thì thiếu bài bản, hay bài bản không thích hợp. Bởi làm sao được khi những ý định cách tân chẳng được quan tâm, bị la lối là khó quá! Dài quá! Dở quá! Hay không phải kiểu sinh-hoạt (cho là: chỉ có trời xanh, mây trắng mới là sinh hoạt). Đồng Ý, nhưng GĐPT chẳng lẽ cứ chú trọng riêng có ngành Oanh - Vũ thôi sao? (ngược lại Oanh-vũ lại cứ thích hát bài "người lớn" đấy)! Hèn nào Đoàn-Sinh ngành Thiếu, ngành Thanh của các đơn vị GĐPT hiện thời là rất Quý hiếm (ở Việt-Nam, tại các thành phố lại càng hiếm hơn). Mới đây, Vị Hòa-Thượng trú-trì chùa Già-Lam (ngôi chùa lớn tiếng tăm ở VN), Ngài dạy tôi rằng: Tại sao trong sinh hoạt GĐPT không có bài hát về Đám Cưới, Đám Tang, Kỳ siêu, Kỳ An? Đâu có thiếu LỜI PHẬT DẠY trong những trường hợp nầy!

Bạch Hòa-Thượng, con cũng thấy: Đám cưới của nhiều Phật-Tử, (của các Huynh-Trưởng GĐPT lại càng thường xuyên hơn) lúc nầy hay tổ chức ở chùa (chỉ có tụng kinh gõ mõ, trong 2 họ có nhiều người hết nhìn lên, lại nhìn xuống), xong rồi ra nhà hàng mở nhạc: the Wedding (Anh), La Novia (Ý), Oui Devand Dieu (Pháp) mà bài hát đám cưới đó qua ít nhất là 4 thứ tiếng (có cả tiếng VN) đều giữ nguyên câu vang xin, cầu nguyện Đức Mẹ (Eve Maria) lặp đi, lặp lại rất nhiều lần... con cũng muốn "MÊ" luôn... "Làm sao là làm sao". Bạch HòaThượng - vì khi nói thì nhiều người "rất" nhất trí, khi làm: thì Một Mình (thôi cũng được) nhưng... chẳng ai "Vỗ-Tay" (!) Nói về Giai-Điệu thì thiên hình vạn trạng, tuy nhiên đều được xây dựng trên Thang-Âm, Điệu-Thức:

Thang-Âm: Là một số Âm-thanh có độ cao, thấp khác nhau được dùng để tạo thành một âm điệu. Cho nên bài nầy có thể chỉ sử dụng 1 số âm-thanh nầy, bài kia lại được tạo ra từ 1 số âm thanh khác (lâu nay có "vài người" cứ tưởng là, bài hát nào cũng phải viết với 7 nốt nhạc của Tây-phương đó!

Điệu-Thức: là "cách thức sử dụng" đã tạo thành tính chất đặc biệt mặc dù vẫn cùng chung 1 Thang-âm. (tức là cùng 1 kiểu Thang-âm lại tạo nên rất nhiều Điệu-thức khác nhau). Do vì muốn không bị lệ thuộc vào mỗi một Âm-Giọng duy nhất của Phương Tây nên chúng tôi đề nghị: cải cách bắt đầu từ môn học KÝ-XƯỚNG-ÂM "như kiểu học Tiếng Việt: Vẫn dùng mẫu tự La-tinh nhưng đọc và đánh vần theo âm-Quốc-ngữ" (nghĩa là vẫn hình thức Đồ, rê, mi fa sol... đã được quốc tế hóa).

Chúng ta sẽ dựa theo sự hình thành của Tiếng nói và "Giọng-Nói Việt" (huyền, sắc, nặng, hỏi, ngã, và không dấu) mà Học "KÝ-XƯỚNG" theo từng bước hình thành "Thang-Âm-Việ-Nam". Nếu làm đúng, chắc chắn phải DỄ HƠN lúc người Tây-phương không nói được TiếngViệt dạy chúng ta đọc và đánh vần Tiếng Việt! *Đầu tiên chỉ cần phân biệt 1 thấp, 1 cao (Nhị cung: 2 độ cao): Âm nào mang dấu Huyền (thấp) Âm nào mang dấu Sắc (cao). Tiến đến 3 độ cao (tam-cung): của Huyền, Sắc, và Không dấu. Dần dà đến 4 (tứ-cung), đến 5 (Ngũ cung). Sự phát triển từng Nốt nầy, còn dựa vào cơ-sở Vật-lý của môn Âm-thanh học -đó là chu kỳ Quãng 5 đúng (Thuận và Đảo)... sau đó mới tập đến "Âm-giai điều-hòa" 7 nốt của phương Tây (còn những gam bán cung, toàn-cung, thập-nhị (12) cung với các điệu thức Hiện-đại, nếu cần thì chỉ giới thiệu với các Huynh-trưởng phụ trách Văn-Nghệ mà thôi...

Cũng không bắt các Em phải học trước: "Tên" để nhận ra các nốt -mà chỉ cần ghi (đánh dấu) theo kiểu đồ thị... Đừng sợ các Em đọc sai cao độ (chỉ sợ ta dạy sai thôi). Vì trong khoa Vật lý Âm thanh có những Quãng-ĐÚNG (không có trưởng, thứ, thêm, bớt gì cả) như Quãng 8, Quãng 5, Quãng 4. Nó có tên là QUÃNG-ĐÚNG! bởi lý do DỄ hiểu là nó không thể sai! (muốn HÁT-SAI những nốt nầy là Vô cùng khó! Vì nó trở thành Kỳ-Quái ngay).

Ví-dụ ta nói: Hồng, hồng-Tuyết, tuyết: Âm bình thường là Fà Fà Đô Đô (đếm từ Fa đến Đô có 5 quãng cách: FaSol-La-Si-Đô nên gọi là quãng 5). Nếu ta phát Âm HồngHồng (dấu huyền) là nốt Sol, thì Tuyết-Tuyết (dấu sắc) sẽ là nốt RÊ vì SOL đếm lên 5 bậc: Sol- La-Si-Đô- "Rê".

Đó là Âm-điệu Đi-Lên. Bây giờ thử xem Âm-Điệu Đi Xuống có còn là Quãng 5 không? Ví-dụ: Âm: Ông-Bà, nếu đánh trên 1 nhạc cụ sẽ thấy là Fa-Đô, cũng là Đô nhưng đi xuống (gọi là Đảo) vì từ Ông (không dấu) đến Bà (dấu huyền) nên thấp hơn. Thêm 1 ví dụ khác có 3 độ cao: Huyền, Sắc, Không dấu (tam cung) "Trời-Gió Mưa" Đàn lên sẽ ở những nốt: Fà-Đố-Sol (Đô là quãng 5 của Fa, Sol là quãng 5 của Đô). Rồi đến dấu "Nặng": bình thường thì thấp hơn dấu Huyền. Còn dấu Hỏi, dấu Ngã được tạo nên từ 2 độ cao luyến lên hoặc luyến xuống. Vấn đề Cao-Thấp trong Âm-Nhạc chỉ là tương đối: Đứng cạnh 1 Âm thanh thấp thì nó là Cao, cạnh bên âm thanh cao thì nó thành Thấp... Vì giới hạn trong sự trình bày-Giới-Thiệu, chúng tôi phải tạm ngưng ở đây để qua một phần khác.

Về HÒA-ÂM: Trong Âm-Nhạc, HÒA-ÂM mang tính khoa học kỹ thuật cao hơn hết, nên theo chúng tôi muốn có tính Hiện-Đại thật sự vững bền thì phải tìm cách khai thác cho được môn học nầy - khai thác sao cho hợp lý hợp tình có liều lượng những thành quả mới của khoa Hòa-Âm-học + với chất Dân-Tộc và truyền thống Văn-Nghệ, Văn-Hóa của ta. Nhiều người Việt-Nam còn xa lạ với khoa Hòa-Âm nầy, cho nó là của Phương Tây. Nếu ta cứ kỳ-thị như thế là chúng ta tự bít lối. Ngày nay người ta tranh nhau mua bán, trao đổi, thậm chí ăn- cắp và giết nhau để tranh giành những khám phá mới về khoa-học, kỹ-thuật. Cái thời đại dột từ chối đã qua rồi! Chỉ có điều chúng ta phải hiểu chúng ta đang có gì? Hướng phát triển ra sao, và cần cái gì để củng cố, xây dựng cùng thăng hoa cái vốn đó.

Cụ-Thể chúng tôi đề-nghị: Tìm hiểu những Nguyên-tắc về Khoa Vật-Lý Âm-học (tần số, sóng Âm, bồi âm tiếng dội, Chống Âm-tự-nhiên, Hợp-Âm-hóa-nhân-tạo, Sự tương quan giữa các âm) - nói thì nghe "to-tát", chứ có sẵn hết rồi - chỉ cần mở sách ra đọc: Mấy trăm năm rồi, người ta đã đúc kết lại thành nhiều công thức, không phải để riêng cho loại nhạc bác-học-như 1 số người lâu nay chống chế (không Chịu học) thường nói! Mà thật ra "Nhạc-Nhẹ" là thể loại sử dụng hợp-âm với những công thức căn bản nhiều hơn cả! Nhạc Sinh-Hoạt vui-chơi của GĐPT, hầu hết đều dùng "âm-giai 7 nốt điều hòa" (đã trở thành Phổ thông quốc tế) mà chưa 1 lần đặt vấn đề "Phải Học" về Hòa- Âm, hợp Âm, để cho người đánh đờn, dạy Hát phải tự mày mò, lúng túng, tầm sư học đạo, lăn xả vào bất cứ cái lò đào tạo nào! Sau đó về hướng dẫn Văn-Nghệ GĐPT còn bị phê bình nầy nọ. Chúng tôi thấy thật là tội nghiệp và bất công với những người Huynh-trưởng hay Đoàn sinh nầy quá! Nếu có ai để ra 1 chương trình học tập nghiêm túc, thì chưa kịp nói hết, đã bị gạt phăng ngay: "Chúng ta không đào tạo CHUYÊN-NGHIỆP" (không hiểu nổi: Chuyên-nghiệp là cái gì mà GHÊ-GỚM thế!) Hãy nhìn thực tế:

Trước đây để hát có bè thì bị lên án: "bắt chước Nhà Thờ", có chút tiết tấu thì gọi là "giựt gân". Bây giờ gào thét, lăn lộn, kích động thật sự thì lắm người vỗ tay (mua băng đĩa loại nầy chất đầy nhà), đến chùa thì khuyên tuổi trẻ phải Hát nhạc Vui-tươi mà Trong-sáng; Êm-đềm mà Thanh-thoát!... Tuổi trẻ không Chịu nổi cái kiểu Văn-Nghệ... nhùng nhằng, mâu thuẫn, chỉ đạo 1 chiều: CHÊ-BAI - thì thiếu giải thích! CA-NGỢI - thì nói suông, không đầu tư công sức để THỰC-HIỆN! Nên hôm nay có Hiện-tượng "Tuổi-trẻ-hay-cười" (vì không dám cãi) Tuổi trẻ BẬN, nản (không đến, hay đến rồi đi) Tuổi trẻ bắt đầu OẢI (Tìm... Không-khí khác).

HÒA-ÂM ví như tô màu cho một bức tranh đã có Nét vẽ(giai-điệu), đã Bố-cục (nhịp nhàng); mục đích là "Nâng cao tính hấp dẫn"... Màu thì có nhiều loại-từ chất liệu cho đến các sắc độ Nóng, Nguội... Người

sử dụng tốt cũng phải có chút ít trình độ cùng tư-
duy, không thể cứ "bắt chước": dùng sơn dầu cao
cấp, đắt tiền trét lên một bức tranh... thủy mạc! Hay
bôi xanh, đỏ tím vàng lên các bức vẽ bằng bút lông,
mực tàu, bút chì, bút sắt... mà có thể gọi là phục-chế,
làm mới được! Đây chính là chỗ tội nghiệp thật sự
của những "Anh Sáu" (Ý-thức) quá dễ dãi, để 5 Em
của mình (ngũ-căn) lôi xềnh xệt về phía "trần-cảnh"
Văn-minh, Hiện-đại! Hoặc để "bảo-đảm tinh thần"...
triệt để và "chắc-ăn", Anh Sáu ra lệnh CẤM-HẾT!
Chẳng cần Hòa âm, nhịp điệu làm gì-cái thứ rắc rối!
(nhưng anh quên rằng 24/24 giờ một ngày, từ trong
nhà cho đến ngoài đường cái thứ rắc rối nầy nó đầy
nhóc trong tai anh đấy chứ! Anh "Tu-Chánh-Niệm"
để xua nó à? "Tốt-thôi" - nhưng còn các Đoàn-sinh
của Anh? Nếu Quý vị nào có "Lập-trường quá dứt-
khoát, rõ rệt" (Trước-sau-như một) cũng xin hiểu
dùm tôi: Vì cố tránh cực-đoan nên tôi cứ phải lui-
tới, quanh co, mâu thuẫn (trình bày trên cả 2 mặt
đối lập) Tạo nên "khó Chịu" cho tất cả các phía!) -
Việc ĐÀN và ĐỆM HÁT cho các bài ca GĐPT là 1
bức xúc lớn mà chúng ta không tìm cách giải quyết!
(thì Ai?). Đi đến chùa nào có GĐPT sinh hoạt, tôi
đều gặp câu hỏi: Bài SEN-TRẮNG đệm điệu gì? Bài
Trầm Hương Đốt đánh nhịp gì? Bài Vui mừng gặp
ngày nay bấm hợp âm gì? "Chỗ nầy": Anh Chị nào

Đàn Hát giỏi xin trả lời giúp các câu hỏi trên xem sao? Bao nhiêu năm rồi, Chúng ta cứ giả lơ, và cứ làm vì: Đệm đàn cho các Em Hát (hay Múa) mà không dùng tiết tấu (Tây phương), Bấm hợp âm (Tây phương) thì "Đệm" cách nào? Nhất là các nhạc cụ được trọng dụng hiện nay như Guitar, Organ điện, bộ trống Jazz, toàn được sử dụng theo những quy cách và cài đặt sẵn theo 1 số "Công thức Mặc định". Những nhạc cụ nẩy rất phong phú, vì cùng 1 lúc nó "bao-dàn" được cả 3 phần: giai-điệu, tiết-tấu và hòa âm, chúng ta cũng đã chấp nhận cho nó vào chơi trong GĐPT nhưng chúng ta có bày cho các em phải đàn hay đệm cách nào "cho ra" Tính Phật-giáo, tính Dân-tộc, tính GĐPT đâu? (mà khi nào cần Hội-thảo thì chúng ta nói, để lại dạy các em về nội dung "Lời" thôi! (lời không - đâu phải là Bài-Hát). Nếu cứ cái đà nẩy, đến một ngày nào đó, vì tôn trọng sự thật, chúng ta sẽ giới thiệu 1 tiết mục hát như thế nẩy: "Tiếp theo đây chúng tôi xin trình bày "Một Lời CA" GĐPTVN (còn Nhạc thì... xin lỗi KHÔNG-BIẾT!), (Tôi vừa nói một câu đùa VÔ-DUYÊN! không biết có Anh-Chị nào cười nổi không?) (!) Dài quá rồi, nhưng còn 1 câu hỏi chót chúng tôi cũng xin góp ý: "NÓI VÀ HÁT TIẾNG VIỆT.

-VỚI CÁC EM Ở NƯỚC NGOÀI" - Xin thưa: Gốc

gác của Nghệ-thuật Âm-nhạc là "TIẾNG NÓI" của con người, nên một số nhà sư-phạm đã tổ chức dạy học ngoại-ngữ bằng CA-HÁT (ở Saigon cũng đã có) ví dụ: Tập Hát tiếng Anh trước khi nói tiếng Anh.. Tập Hát tiếng Pháp trước khi nói tiếng Pháp, rồi tiếng Trung-Hoa, tiếng Ý, tiếng Tây-ban-Nha cũng thế. Vì vậy rất nhiều hiện tượng Ca-Sỹ (ca-sỹ đàng hoàng nhé) hát nhạc ngoại quốc rất... ngon lành mà "chưa" nói được ngoại ngữ.. Có những hiện tượng ngược lại: nhiều ca sỹ có trình độ rất cao, luyện giọng, xướng âm hẳng chục năm, đi diễn ở nước ngoài, hát Ôpêra v.v... mà hát tiếng Việt rất ư là... ngọng nghịu khó nghe! Hai kết quả có vẻ trái ngược, Nhờ đó chúng ta thấy: Học Phát-Âm giọng nước ngoài theo Âm nhạc Phổ-thông thì được. Còn luyện giọng, học Ký-xướng-Âm, mà không có ý thức về ngữ âm Dân tộc thì tập càng kỹ, càng giỏi chừng nào, thì lúc Hát tiếng Việt càng khó khăn chừng ấy!. Tại sao? Vì Nhạc với các thang-âm, điệu thức (có nói sơ lược ở trên) của Dân-tộc nào, đều mang âm giọng đặc trưng của Dân tộc đó. Mà Thang âm 7 nốt hiện ta đang sử dụng là của người phương Tây, nên càng học càng "gần TÂY". Ngày hôm nay ai cũng thấy (nhưng chẳng có mấy ai để ý làm gì) là: ở các thành thị (chưa nói ở hải-ngoại). Khi tập một bài Dân ca hay một bài hát có giọng điệu Việt-Nam là vô cùng khó! Và vô cùng dở! "Vì nghe... kỳ cục, không quen"!... Bởi vậy chúng tôi mới "thử đề-nghị" học xướng Âm "theo kiểu ta": tuy vẫn dùng Đô, rê mi... nhưng tiến hành theo giọng điệu Việt-Nam: như cách làm của mấy Ông-Tây-xưa: Tuy dùng mẫu tự La-Tinh nhưng phải cải cách lại giọng đọc, thì mới có thể đánh vần Chữ "An-Nam" được!

- Chúng ta, ít ai nghĩ đến chuyện hát ca có ảnh hưởng lớn đến Ngữ-Âm của Từng Dân-tộc ra sao(!). -Bởi thế có vài nơi vô tình đã làm ngược lại, gây thêm khó khăn trong giờ tập hát cho các em. Ví dụ như: Bắt các em nói rõ ràng, thuộc lòng từng câu, lời Tiếng Việt rồi mới cho các em Hát, lý do: "nói không được, làm sao hát"! -Xin thưa: người câm, nếu không bị điếc vẫn ngâm nga (bằng nguyên-âm: A, ơ i, ô u hay Hm) theo âm-điệu của Nhạc được. Ở các lớp dạy ca, khi muốn thật chính xác, hay tập những chỗ khó, người ta thường tập xướng Âm theo các nốt nhạc - trước khi ghép lời vào. Riêng tiếng Việt lúc nói đúng được các dấu-giọng thì như đã "phổ nhạc" rồi. Bởi "người Việt-Nam nói như hát"(từ mấy trăm năm trước người nước ngoài đã nói về giọng-điệu của tiếng nước ta như thế). Cho nên khi tập để các em nói chuẩn 1 câu tiếng Việt rồi mới tập hát, thì chẳng khác nào: cũng 1 câu đó mà tập cho các em hát theo "Kiểu" thứ hai! Có người sợ các em không hiểu. "HIỂU" là chuyện tính sau (Âm-nhạc không khởi đầu bằng sự đòi hỏi phải Hiểu-biết, nên chuyện nghe Ca-nhạc nước ngoài có lời hay không có lời, hiểu hay không hiểu vẫn là chuyện rất bình thường).

Kính thưa Quý Anh-Chị cùng các Em, chúng tôi đang bày ra một loạt công việc có vẻ "dài dòng văn tự"! Nhưng chúng tôi nghĩ nếu có được sự nhất trí của tổ chức, thì chúng tôi sẻ sắp xếp lại, soạn thành chương trình học tập cho từng Bậc, từng Ngành, và viết thành những bài nói chuyện ngắn: đúc kết theo chủ đề của các giai đoạn (trình-độ) để dùng cho những trại huấn luyện Huynh trưởng các cấp: Lộc-Uyển, A-Dục, Huyền-Trang, Vạn-Hạnh (từ giải trí vui chơi, đến Huân-tập, qua Chuyển-hóa đến KINH-NHẠC - với ý-niệm: "Văn-Nghệ là chiếc cầu đi vào ĐẠO của GĐPT".

TẠM-KẾT

Bài viết nẩy "Hơi Bị-Chuyên-Môn", "Hơi Bị-Chi-Ly-VụnVặt". Dẫu biết thế, song chúng tôi vẫn chân thành nghĩ rằng: như chuyện người mù sờ voi, mình được phân công đứng gần cái vòi, thì khi các Anh, các Chị hỏi đến, dù mình không thấy - vì mù - (các Anh-Chị biết điều nẩy cả rồi) mình cũng... cứ nói -

nói về cái cảm nhận, về cái "nghe lóm" những lời người khác đã nói chung quanh, để Anh-Chị mình dễ hình dung ra cái tổng quát.

Nói chung về Văn-Nghệ sau khi lùng-sục vào từng yếu tố, cũng phải tự tìm cách thoát ra ngoài những yếu tố đó, mới có được cái nhìn bao quát công bằng. Đó là" Liễu-Lượng trong Hòa hợp" giữa những điều "Tưởng-là-giống-nhau", và "Tưởng-là-khác-nhau" (Sử dụng Liễu Lượng tốt là biết gia-giảm theo từng giai đoạn) Ví-dụ: Liễu-Lượng giữa GIẢI-TRÍ và GIÁO-DỤC: Nói gì thì nói, việc trước tiên của Văn-Nghệ là Giải-Trí, loại bỏ dần những điều không tốt, tai hại (theo tinh thần truyền thống, luân lý đạo-đức dân-tộc với cái nhìn rộng mở thích nghi của Phật-giáo). Chuyển dần sự vui chơi giải trí vào các yêu thích, nghĩ suy, tạo thành thói quen trong lành, lợi ích - thì đó là Giáo-dục. Liễu-Lượng, gia giảm theo thời gian (khi Văn-Nghệ đã có ảnh-hưởng vào tình cảm, ý-thức của đối tượng) mà Thăng-Hoa dần dần. Chứ Văn-Nghệ mà mỗi lần nói ra là "Giáo-dục! Giáo-dục!" thì đó là nhồi-sọ! Phản tác dụng. Chắc chắn là không được thọ!

Liễu-Lượng giữa TÌNH CẢM và LÝ-TRÍ: Tiếng nói của Văn-Nghệ phát xuất từ Tình-cảm. tất nhiên Tình cảm con người phải bao hàm cả Lý-trí, nhưng không phải cái gì cũng phải "chứng-minh", cũng phải "phân-tách" rạch ròi được, vì một phần tình cảm còn ở dạng "bản-năng", vậy Văn-Nghệ Văn-hóa Nhân- Bản là tất cả những gì "Đem Con HÓA thành NGƯỜI" và nếu làm ngược lại "Đưa NGƯỜI trở lại thành CON" thì Đường-Hướng Giáo-Dục Phật-Giáo không thể chấp nhận được. Ở ngoài đời nền Văn-minh, Văn-Nghệ đó cũng đã bị lên án là PHI-NHÂN-BẢN! Như đã trình bày ở trên: Văn-Nghệ bao gồm cả hai, vì vậy chúng ta cũng nên tìm hiểu thử xem: trong các Yếu-tố đã trở nên nền tảng của Âm nhạc (nói riêng) Yếu tố nào thiên trọng về "Tình cảm và bản năng", yếu tố nào gần gũi với "Tình-cảm Lý-tính" và Trí tuệ, để có thể "liều lượng" cho từng lứa tuổi, từng trình độ tu-học, từng nơi chốn, thì mới có thể phát huy được tính Ưu-việt của Văn-Nghệ trong công tác Giáo dục mà tổ chức GĐPT đã đề ra. Tương-quan giữa Tiết tấu - Giai điệu - Hoà âm.

Tiết tấu là Nhịp-điệu, là Tiếng-gõ (gần gũi với tiếng-động -bởi mang nhiều tạp âm) dễ gây nên ồn ào, kích động bản-năng sinh-lý. Hãy quan-sát một em bé nghe "Nhạc tiết-tấu" chắc chắn em chẳng hiểu ý-nghĩa gì, nhưng trông em rất "giật" và phấn chấn. Con người thời tiền sử, ngôn-ngữ chưa đầy đủ đã biết sử dụng "Tiếng-Gõ" kết hợp với động tác của thân thể (múa) để bộc lộ tình cảm, kể chuyện; hoặc xua đuổi thú dữ, cầu nguyện thần linh v.v…

Giai điệu về mặt chất liệu cũng đã có nhiều mâu-thuẫn với tiết tấu bởi giai-điệu chỉ sử dụng những âm-thanh chọn lọc có tần số ổn định hình thành dần theo tiếng nói phát triển của con người, nên "nói" lên nhiều tình cảm hơn.

HÒA-ÂM là yếu tố được khám phá và đem vào sử dụng trong Âm-nhạc, khi xã hội loài người đã có một nếp sống Văn-minh, văn-hóa cao với nhiều khám phá về khoa học kỹ thuật. Vì vậy Hòa-Âm nếu không có được sự phối hợp khéo léo "rất-Nghệ-thuật" thì nó ngã nặng về "LÝ", về kỹ-thuật, về "Vĩ-đại", tinh xảo để rồi… rất Khô-rang lạnh-lùng đến tàn nhẫn! Thứ tự của 3 Yếu tố nền tảng nầy, ít nhất cũng đã có 3 lần thay đổi mang theo nhiều Ý-nghĩa lớn lao:

Thứ tự trước tiên là: Tiết-Tấu - Giai-Điệu - Hòa-Âm. Chúng ta tạm "Phiên-dịch" về bước đi của Âm-Nhạc khởi đầu như sau: Bản-năng – Tình-cảm - Lý-trí.

Bước thứ 2 Khi Con người tiến nhanh đưa cuộc sống về hướng Văn-minh - Văn-Hóa (nhân-bản)

Thì nền-tảng của Âm-nhạc được sắp xếp lại theo thứ tự ưu-tiên có thay đổi: GIAI ĐIỆU - HÒA-ÂM - TIẾT-TẤU (Tình-cảm -Lý-trí - Bản-năng).

Ngày nay như chúng ta đều biết: các nhà Xã-hội-học, Nhà Giáo-dục, các Tôn-giáo... đều lên tiếng báo động về nếp sống Văn-minh đẩy con người về sự Hưởng-thụ vật chất. Nên Âm nhạc đã và đang phát triển mạnh theo xu hướng: TIẾT-TẤU - HÒA-ÂM – GIAI ĐIỆU. Như vậy: Bản-năng được kích động đầu tiên + Lý tính (khoa-học, kỹ-thuật phát triển cao độ) sau đó mới có vài nét âm điệu lặp đi, lặp lại nức nở, kêu gào hầu như tất cả đều bế tắt tuyệt vọng! Chúng ta nhìn qua "công-thức" thấy có vẻ giống thời "tạo-thiên- lập-địa". Nhưng nhờ có cái áo-khoác quá huy-hoàng, rực rỡ (hiện-đại, văn-minh) của nó, nó đã che lấp hết - nhất là với lớp tuổi đang vào đời, nó len lỏi, xâm lấn, lấn hồi ở những nơi đáng lý ra là đẹp đẽ, trong sáng, dễ thương nhất (là Nhạc-trẻ). Thân-cận để khống chế mảnh đất rộng rải phì nhiêu nhất (là Nhạc-nhẹ - phổ thông) Và sự bành-trướng lên hàng "Độc tôn". Rồi càng lúc càng ảnh hưởng mạnh đối với tầng lớp trẻ ở những nước mới phát triển hay đang phát triển chậm, tìm đủ mọi cách vươn lên (trong đó có Việt-Nam chúng ta).

Một Liều-Lượng nữa cũng cần chú ý là: Hình thức

và NỘI DUNG. Trong khi những "Tình-cảm sâu sắc, trí tuệ", thích nghiền-ngẫm với Nội-dung; thì "Tình-cảm Bản-năng thụ hưởng" đang hướng về tìm thỏa mãn ở Hình-thức. - hình thức nói ở đây là Hình-thức-chủ-nghĩa, chứ không phải nói về Hình-thức như một phương tiện cần phải có để chuyển-tải nội dung. Chúng tôi cũng xin nhắc lại: khi chúng tôi dùng chữ "Liễu-Lượng" là đã mang hàm-Ý Không loại bỏ, không độc tôn, mà phải có tư-duy đúng - lúc sử dụng phương tiện. Hãy nhớ kỹ lời Phật dạy: "Nơi nào có TƯỚNG, nơi đó còn có sự giả dối". Nhưng chưa thấy TÁNH, thì cũng đừng vội nói chuyện lìa TƯỚNG (lời bài ca Chiếc-Áo).

Liễu-Lượng cuối cùng là tránh Biên-Kiến do Tự-ti hay Tự-tôn giữa truyền-thống và văn-minh hiện đại, để rồi đi đến chỗ: chạy theo hay cải-tiến-mất-gốc hoặc bảo-thủ nguyên-xi.

Chúng ta rất tự-hào, đồng thời cũng rất lo lắng khi được thừa kế những gì của Tổ-tiên, Cha-Ông, anh-Chị để lại... Nhưng:

Chúng ta không làm như CON VE: ca hát suốt mùa hè của đời mình rồi... Thôi!.

Không làm như CON-NHỆN: rút tơ trong ruột ra giăng cùng khắp để bẫy mồi.

Cũng không nên kiên trì "kiểu tẩn-mẩn" như CON KIẾN: tha mồi về chất đẩy nhà, đẩy kho!.

Mà tinh thần Thừa-Kế của chúng ta phải như một CON ONG: mỗi ngày "Từ Tốn" bay ra, bay cao và bay xa tìm Hoa-Hương khắp mọi miền cùng với ước mơ VĂNNGHỆ/GĐPTVN là: sẽ cống hiến cho mọi người một loại Mật ngọt, Thơm và "Lành".

13 . May . 2002

Nguyên Định Bửu Ấn
Leesburg - (Virginia)